முடிவிலா பயணம்

பாகம் – 1

மணிகண்டன்

notionpress.com

INDIA • SINGAPORE • MALAYSIA

ISBN 979-8-89026-469-5

ஓடுக்கனூர் என்ற அழகான குக்கிராமம்,... குக்கிராமம் என்றால் எந்தவித அடிப்படை வசதிகள் கிடையாதென்று அர்த்தமில்லை. குறைவான மக்கள்தொகை கொண்ட கிராமமே தவிர, மற்றபடி அனைத்து விதமான தொழில்நுட்ப வசதிகளையும் கொண்டதுதான் அக்கிராமம். எங்கு பார்த்தாலும் மரங்களும் செடிகளும் பின்னிபிணைந்திருந்தன அதனூடே நகரமயமாதலின் தொழில்நுட்பம் ஊர்ந்துகொண்டிருந்தாலும் அவ்வூரின் இயற்கையமைப்பு அந்த தொழில்நுட்பத்தை தன் இயற்கையின் பின்னால் ஒளித்துவைத்துக்கொண்டிருந்தது. அங்குள்ள மக்கள் அவர்களின் குடியிருப்புகளுக்காக வீடுகளை செங்கற்களில் கட்டியிருந்தாலும் அதில் பாதி மரங்களே ஆக்கிரமித்துக்கொண்டிருக்கும், அதுவும் உயிருள்ள மரங்களே, மரத்தின் கிளைகளை அவர்களுக்கு தேவையான வடிவங்களில் வளைத்து நெளித்து வளர்த்து அதனை வீட்டின் சுவராகவோ அல்லது மேல்தளமாகவோ பயன்படுத்தும் இயற்கை நுண்ணறிவினை கொஞ்சம்

அதிகமாகவே பெற்றிருந்தனர். எலும்பும் சதையும் என்பதைப்போல அக்கிராம மக்களின் படைப்பில் இயற்கையும் செயற்கையும் கலந்தே இருந்தது. இந்த சொர்க்கமயமான கிராமத்தை விட்டுச்செல்ல சிலர் ஆயத்தமாக தயாராகிக்கொண்டிருந்தனர். அவர்கள் தயாராகிக்கொண்டிருந்தது ஒரு பயணம், அப்பயணத்தில் ஒரே ஒரு வாய்ப்பாக நீங்கள் உங்கள் பயணத்தின் பாதையை நிர்மாணித்துக்கொள்ளலாம் ஆனால் அப்பாதையை நிராகரித்துவிட்டு திரும்ப முடியாது. அப்படி தயாராகிக்கொண்டிருந்த மீளான் என்றொருவன் என்ன நினைத்தானோ!,. ஏது நினைத்தானோ தெரியவில்லை, தனது இரண்டு மகன்களில் ஒருவனை மட்டும் அப்பயணத்திற்கு அனுப்ப திட்டமிட்டுருந்தான். மீளான் தான் அந்த ஊரிலே மிகப்பெரும் பண்ணைக்கார விவசாயாக இருப்பவன். மீளான் நினைத்திருந்தால் இரண்டு மகன்களையுமே அனுப்பி வைத்திருக்க முடியும். ஆனால் ஒரு மகனை மட்டும் பயணத்திற்கு அனுப்ப நினைத்தது ஒன்று போனால் ஒன்றாவது மிஞ்சி நிற்குமே என்ற மனோபாவம்தான்,... அதனால் இருக்கின்ற இரண்டு வாய்ப்புகளையும் பயன்படுத்திக்கொள்ள விரும்பினான். ஒன்று இக்கிராமத்திலே தன் வாழ்வினை அர்ப்பணிப்பது அல்லது பயணத்திற்கு பங்களித்து ஒரு புதுமையான வாழ்விற்கு வழிவகுப்பது. இந்த இரண்டு வாய்ப்புகளில் ஏதாவது ஒரு முடிவினை எடுத்தாக வேண்டிய கட்டாயத்திற்கு தள்ளப்பட்டான். அவனைப்போல் தான்

அக்கிராம மக்களும், காரணம் அந்த கிராமமும் சரி, அவர்கள் பயணமும் சரி இருமுனை கத்தி போல, என்ன நடக்குமென்றே தெரியாது. அப்படியொரு சிக்கலில் மாட்டித்தவிக்கின்ற மக்களின் மனநிலை ஓட்டம் மரணபயத்திடம் சமாதனம் செய்துகொண்டிருந்தது. ஒருவேளை இரண்டு வாய்ப்புகளும் மண்ணோடு மண்ணாகிப்போனால் மண்ணாக வேண்டியதுதான் வேறுவழியில்லை என்ற விரக்தியும் மக்களின் மனதை கசக்கியது. இருந்தாலும் மீளானுக்குள் பிரகாசமாக முளைத்த அந்த யோசனையை தன் மகன்களிடம் தெரிவிக்க முடியாமல் அவனுக்குள்ளிருந்த ஒரு பதட்டம் அவன் மனதை பந்தாடிக்கொண்டிருந்தது. எப்படி சொல்ல, எப்போது சொல்ல, முதலில் இளைய மகனிடம் சொல்லலாமா, இல்லை மூத்த மகனிடம் சொல்லலாமா, இளைய மகனை பயணத்திற்கு அனுப்பலாமா? இல்லை மூத்த மகனை அனுப்பலாமா? நம் யோசனைப்பற்றி அவர்களிடம் தெரிவித்தால் அவர்கள் என்னைப்பற்றி என்ன நினைப்பார்கள். இப்படியே நினைத்து நினைத்து இரண்டு மூன்று நாட்களை சொல்லாமலே கழித்தான். தன் தகப்பன் எப்பொழுதும்போல் சாதரணமாக இல்லையென்று தகப்பனின் எப்பொழுதும் இல்லாத திருட்டு முழியும், எதையோ சொல்லத்துடிக்கின்ற உதடும், பதட்டமான மனமும், முறுக்கலான முகமும் தன் மகன்களுக்கு காட்டிக்கொடுக்க, மகன்களுக்கும் தன் அப்பாவிற்கு என்னதான் ஆச்சு என்று கேட்க தோன்றவில்லை. காரணம் அந்தளவிற்கு கண்டிப்புடன் தன் மகன்களை

வளர்த்திருந்தார். கண்டிப்பு என்றால் சாதரண கண்டிப்பு அல்ல. அவர் எது சொன்னாலும் மகன்கள் எதிர்ப்பேச்சு பேசவே கூடாது. அவர் சொல்வதை செய்தாக வேண்டுமென்ற ஆணவத்திமிரோடு திரிபவர் மீளான். மீளான் இப்போதுதான் நினைத்துப்பார்த்தார் என்னடா நீங்களாவது எதாவது கேட்பீர்கள், அப்போதாவது சொல்லலாமென்று பார்த்தால் கண்டும் காணாமல் இருக்கிறீர்கள், இதற்குதான் பிள்ளைகளை கண்டிப்புடன் வளர்க்கக்கூடாது போல கொஞ்சம் அவர்களின் சவுகரியத்திற்கு வளர்த்திருந்தால் கூட தகப்பனிடம் இடைவெளி பின்பற்றாமல் நண்பனைப்போல நெருங்கிப்பழகினால் கேட்காமலே இருப்பான் என்று நினைத்துக்கொண்டிருக்கும்போதே, அப்பா என்னாச்சு? ஏன் உடம்பு சரியில்லையா? இரண்டு மூன்று நாட்களாகவே ஏதோ பித்து பிடித்தது போலே இருக்கின்றீரே என்று இளைய மகன் இளவன் கேட்க, அப்பாடா கேட்டான்டா சாமி என்று,.. அது ஒன்றுமில்லாடா இளவா!,. நம்ம ஊரிலிருந்து பயணம் போகிறார்களே அதைப்பற்றி என்ன நினைக்கிறாய் நீ?.. அவர்களுக்கு புது வாழ்வு கிடைக்குமா?. என்று ஒன்றுமறியா பச்சைக்குழந்தையைப்போல் கேட்டான். அப்படிலாம் ஒன்றுமில்லையப்பா எதையும் நிச்சயமாக சொல்லமுடியாது. ஆனால் ஒன்று,. இனி நம் கிராமத்தில் வாழ முடியாத நிலைதான் ஏற்படும்,.... அது நிச்சயம்..... அப்பா,. என்றான் இளவன். அப்படியென்றால் பயணத்திற்கு உன்னை அனுப்பலாமென்று இருக்கின்றேன். நீ என்ன

நினைக்கின்றாய் இளவா என்று கேட்டார் அப்பா மீளான். இளவன் நாம் எல்லோரும் போகலாமே அப்பா,... என்றான். மீளான் இல்லை உன்னை மட்டும் அனுப்ப போகின்றேன் என்றார். ஏன் அப்பா தம்பி மட்டும், அம்மாவையும் சேர்த்து அனுப்பலாம், தம்பிய மட்டும் தனியாக அனுப்ப தேவையில்லை என்றான் அண்ணன் நிலவன். நிலவா அம்மா வேண்டாம் அவளுக்கு நீண்ட நேர பயணம் ஒத்துக்கொள்ளாது. ஒன்று,... நீ அப்பயணத்திற்கு செல், இல்லையென்றால் தம்பியை அனுப்பலாம் என்றார் அப்பா. இல்லையப்பா நானும் அண்ணனும் கிளம்புகிறோம் உங்களுக்கு இந்த பயணத்தில் நம்பிக்கை இல்லையாப்பா?,. என்றான் இளவன். எனக்கு பயணத்தில் நம்பிக்கை இருக்கிறதோ, இல்லையோ!,... ஆனால் நம் கிராமத்தின் மீது எனக்கு நம்பிக்கை இருக்கிறது,... அதனால்தான் என்றார். அப்புறம் ஏன் அப்பா என்னை மட்டும் அனுப்புறிங்க நாம் எல்லாருமே இங்கே இருக்கலாம் யாரும் போகத்தேவையில்லை என்றான். அதெல்லாம் முடியாது உங்க இரண்டு பேரில் யாருவது ஒருவர் சென்றே ஆக வேண்டும் என்று கத்திக்கொண்டே அம்மா நீலவாணி வீட்டின் பின்வாசல் தோட்டத்திலிருந்து எதையோ ஒருசில பொருட்களை பச்சைத்துணியில் போட்டு முடிந்துகொண்டே உள்ளே வந்து இளவனிடமும், நிலவனிடமும் நீங்கள் இருவருமே எங்களது விதைகள் கண்ணா!,... இருவிதைகளையும் இரே இடத்தில் நட்டு வளர்த்து கடைசியில் நட்ட இடத்திற்கு ஏதேனும் பாதிப்பு ஏற்பட்டு

இரண்டு செடிகளையும் இழப்பதை விட,. இரண்டு விதைகளையும் இரண்டு திசைகளில் விதைப்பதே மேல் அப்பா சொல்வதை புரிந்துகொள்ளுங்கள் என்று சொல்லிக்கொண்டே பச்சை துணியில் முடிபோட்ட பொருளை பயணத்திற்கு தயாராகிக்கொண்டிருந்த பையில் போட்டால். இளவனும், நிலவனும் அந்த பையை பார்த்துவிட்டு, இவர்கள் இருவரும் ஒருவரையொருவர் பார்த்துக்கொண்டனர். அந்த பை அவர்களைப்பார்த்து பயணத்திற்கு நான் தயார், உங்களில் யார் என்னுடன் பயணிப்பது?,. என்று கேட்பது போல் இருந்தது. நிலவனா?,.. இளவனா?,.

பகுதி - 2

பிறந்து மூன்று மாத குழந்தையாக பசியையும் மறந்தவாரே தொட்டிலில் தூங்கியபடி இருந்தான் பஞ்சமாத்தாண்டன். அப்போதுதான் அவனது தாய் மதுவந்தினி அவனை தூக்க முற்பட்டபோது சூரியனின் மிதமான கதிர்கள் கண்ணாடி கதவின் வழியே ரம்மியமான வெளிச்சத்தை தந்துகொண்டிருந்தது. தன்னையும் மறந்த தூக்கத்தை தட்டியெழுப்பியவளாய் மதுவந்தினி தன் இரு கைகளையும் கொண்டு தன் குழந்தையை வாரியணைத்து தோளில் போட்டுக்கொண்டால், அப்பொழுதும் கூட பஞ்சமாத்தாண்டன் இன்னும் கண்விழிக்கா நிலையில் இருந்துகொண்டுதான் இருந்தான். இப்பொழுதுதான் கொஞ்சம் அவனுக்குள் ஏதோ இமை மூடிய இருட்டுக்குள் சிவப்பு நிற ஒளி அவன் கண்ணை கசக்கி பிழிந்தது போலிருக்க அவன் முகத்தில் நேரிடையான சூரிய கதிர்கள் பட்டது. தன் தாயின் தோல் மீதிருந்த முகத்தை முறுக்கலான அழுகையோடு கண் திறந்து பார்த்த போது சூரியனின் நேரிடையான கதிர்கள் அவன் கண்ணை கூசச்செய்தது. தன் தாயின் மீதிருந்தவாரே கைகளை கொண்டு சூரியனை மறைக்க

முற்பட்டு அதில் வெற்றிக்கனியை சுவைக்க,.. அவன் தாய்க்கொரு பதட்டம் மனதில் முட்ட ஆரம்பித்தது. அது,. இவனை தூக்கிய மாத்திரத்தில் பாலருந்த மடியை முட்டி மோதும் ஆட்டுக்குட்டியைப்போல் தேடுகின்ற தேடல் இன்று மட்டும் அவனிடம் இல்லாததுதான். அந்த சூரியன் இவனின் பசியைக்கூட மறக்கடித்து விட்டது. சூரியனை மறைக்க முயன்ற அவனது கை அடுத்த கட்ட நடவடிக்கையாக சூரியனை பிடிக்க முயற்சி செய்தது. ஆனால் அதில் தோல்வியை தழுவினாலும் அவனுக்கு அளவில்லா மகிழ்ச்சிதான்,.. அதற்கும் சூரியன்தான் காரணம்,. அவனுடைய முயற்சிக்கு சூரியன் பயந்து ஓடுவது போல் தெரிந்தது. இருந்தாலும் கொண்டாட்டமில்லா மகிழ்ச்சியை ஆராவாரமில்லா சிரிப்பினால் வெளிப்படுத்தினான். அவனது கள்ளங்கபடமில்லா சிரிப்பைக்கண்ட அவனது தாய் மதுவந்தினி அவனை அள்ளியணைத்து மொத்த சிரிப்பையும் முத்தமாய் உள்வாங்கி கொண்டு பாலூட்ட ஆரம்பித்தாள். அந்த நேரத்தில் மேசையின் மீதிருந்த ஆதிகாலத்து அலைபேசி அலையோசையால் அவளையழைக்க அலட்டிக்கொள்ளாமல் கண்டும் காணாமல் கண்ணாயிருந்தால் தன் குழந்தைக்கு பாலூட்டுவதிலே. மீண்டும் ஓயாமல் ஓசையெழுப்பிக்கொண்டிருந்த அலைபேசியை எடுத்து பேச தாமதிக்க மறுத்த மனம், பாலூட்டுவதை பாதியில் நிறுத்தவும் மறுத்தது. வேறு வழியில்லாமல் தரையில் அமர்ந்து பாலூட்டிய அவள் மடியிலிருந்த குழந்தையின் கணத்தால் காலூன்றி எழ தெம்பத்து இடக்கையூன்றி

மும்மாத குழந்தை மும்மரமாக பாலருந்தும் போது மார்விட்டு நழுவாமலிருக்க குழந்தையின் தலை முதல் கால் வரை பஞ்சுமெத்தை போல் வலக்கையினால் தாங்கிக்கொண்டு அலைபேசியை இடக்கையில் எடுத்து இடக்காதில் வைத்து இன்னார் யாரென்று கேட்காமலே ஏன் என்னாச்சி இன்னைக்கும் வீட்டுக்கு வரமாட்டிர்களா, எப்போதுதான் வருவீரென்று நானும் பார்க்கின்றேன் என்ற அதட்டலோடு தன் கணவரை திட்ட எதுவுமே பேசாமல் மறுமுனையில் அலைபேசி அணைக்கப்பட்டது. அணைக்கப்பட்ட அலைபேசிக்கு அழைப்பு விடுக்க அவளுக்கும் விருப்பமும் இல்லை. எடுத்த இடத்திலே அலைபேசியை வைத்துவிட்டு தன் கையில் குழந்தை இருப்பதையே மறந்து நடக்க ஆரம்பித்தாள். சிந்தனையற்ற அவளது மனம் நிந்தனையற்ற கவலை கொள்ள ஆரம்பிக்க, நித்திரையில் நினைந்து முடித்து விழிப்புடன் விழித்திரை திறந்து கண்ணிமை மூடாமல் பாலருந்திய பச்சிளங்குழந்தை பஞ்சமாத்தண்டன் ஏது நினைத்தானோ, பாலருந்தியதை நிறுத்திவிட்டு தன் தாயின் முகத்தை பாவமாக பார்த்தான். தாயின் கவலை அவனையும் தொற்றிகொண்டதென்னவோ, தாய் மதுவந்தினியின் கவலை கணவரைப்பற்றி பரந்து விரிந்து விசாலமான விழித்த கனவுகளுக்கு உருவம் கொடுக்கும் முன் கண நேரத்தில் பஞ்சமாத்தாண்டன் தன் கால்களை உதறிக்கொண்டு அழ ஆரம்பித்து மதுவந்தினியின் கண நேரக்கனவை கலைத்து கவனத்தை தன் பக்கம் திருப்பினான். ஆனால் அவள்

உடலளவில் மட்டுமே தன் கால் நடப்பதை மட்டும் கட்டுப்படுத்தி ஒரிடத்தில் நின்று பஞ்சமாத்தண்டனை தாலாட்டுப்பாடத்தெரியாமல் ஏதோவொரு பாட்டுப்பாடி தாலாட்டி சீராட்டி பால் கொடுத்தாள். ஆனால் உள்ளத்தினுள்ளிருந்த கணவரைப்பற்றின கவலை கட்டுக்கடங்காமல் கரைபுரண்டோடியது. இன்றும் அவரில்லாமல் தனிமையில் உறங்க வேண்டுமா, எப்போது அவரின் கைகளை தலையனையாக தலையில் வைப்பேன், என்னுடைய புலம்பல்களை அவரிடம் கொட்டித்தீர்க்காமல் மனதின் பாரம் கூடிக்கொண்டே போகின்றதே, இப்படியே சென்றால் நான் பைத்தியக்காரியாகி விடுவேன் போல, இதுபோன்ற எண்ண ஓட்டங்கள் அவள் மனதில் ஒருபக்கம் ஓட, அவரை பார்க்க துடிக்கின்ற கண்களுக்கு சமாதனம் செய்கின்ற வகையில் அவ்வப்போது அலைபேசியை எடுத்து தொடுதிரையில் உள்ள தன் கணவனின் நிழற்படத்தை கண்களுக்கு காட்டி ஏக்கத்தை தேற்றிக்கொண்டாலும், அவள் மனதில் உள்ள புலம்பல்களின் பாரத்தை கொட்டித்தீர்க்க ஒரு குப்பைத்தொட்டி கிடைக்காமல்,. கையிலிருந்த அலைபேசியிலிருந்து கணவனின் அலைபேசி எண்ணிற்கு அழைப்பு விடுக்கலாமென்றாலும் அதற்கும் அவள் மனம் எங்கே அவர் செய்கின்ற பணிக்கு இடையூராகிவிடுமென்ற நினைப்பும் அதற்கு இடமளிக்கவில்லை. நாம் செய்ததும் தவறுதான் அலைபேசியில் எடுத்தவுடன் கோபத்துடன் பேசியிருக்க கூடாது. கொஞ்சம் மென்மையாக

பேசியிருக்கலாம் என்று மனதை தேற்றிக்கொண்டாலும் என்னவென்றே தெரியவில்லை அவர் இல்லாதபோதுதான் இவ்வளவு பாசங்களும், பரிதாபங்களும், கருணையும், அன்பும் அளவில்லாமல் வந்து கொட்டுகின்றது. அவர் இருக்கும்போது மட்டும் இவையெல்லாம் எங்கு போய் தொலையுமோ,. என்று தனக்குள்ளே திட்டி தீர்த்துக்கொண்டாலும் அவளுக்கு கணவன் மீது துளி கூட கோபமில்லை, கவலைதான். ஏனென்றால் அவர் தனக்காகவும் தனது குழந்தைக்காகவும், மனைவிக்காவும் மட்டும் உழைக்கவில்லை ஒட்டுமொத்த மக்களுக்காகவும் உழைக்கின்றவர் சொல்லப்போனால் இந்த மக்களுக்காக ஒரு வசிப்பிடம் தேடி உழைக்கின்றவர். அவரை நாம் இடைஞ்சல் செய்யக்கூடாது என நினைத்து படுக்கையறைக்கு உறங்குவதற்காக தன் குழந்தையினை தோலின் மீது போட்டுக்கொண்டு உள்ளே சென்றாள். குழந்தையை பஞ்சு விரிப்புகளில் படுக்க வைத்துவிட்டு அவளும் உறங்க தயராணாள். காலைப்பொழுது என்று ஒன்று அவளுக்கு கிடையாது, அவளுடைய உறக்கம் எப்பொழுது உயிர்த்தெழுகிறதோ, அப்பொழுதுதான் அவளுக்கு அது காலைப்பொழுது, ஆனால் மதுவந்தினிக்கு தன் கணவனைப்பற்றிய நினைவுகளின் உணர்கள் முழுமையான உறக்கத்திற்கு தடைகல்லாகவே சிலமணித்துளிகள் நீடிக்க, அவளையறியாமலே அவளின் உள்ளுணர்வுகள் செயலற்று உறக்கமாக மலர்ந்தது. இதுதான் நித்தியமான நிகழ்வு, மகிழ்ச்சியும் இல்லை, துக்கமும்

இல்லை, நான் என்கின்ற இருப்புநிலையும் இல்லை, எங்கிருக்கிறோம் என்ற இடமும் இல்லை, இல்லாமல் இருக்கின்ற இந்த தற்காலிக இறப்பின் நிகழ்வின் போதுதான் பஞ்சமாத்தண்டன் இடையிடையே அழுது மதுவந்தினியின் உறக்கத்தை உயிர்ப்பித்துவிடுகிறான். ஒருவழியாக நீண்ட நேரம் நீடிக்காத இந்த உறக்கம் விழிப்பின் விடியலுக்கு தயாரானது. கொஞ்சகொஞ்சமாக திரும்பவும் நான் என்கிற உணர்வும், மனதில் ஒருவித துக்கமோ,.. அல்லது மகிழ்ச்சியோ,.... இருக்கின்ற சூழ்நிலையைப்பொருத்து வந்து ஒட்டிக்கொள்கிறது. இந்த சுழற்சி முறை நிரந்தரமான இறப்பு வரை தொடர்ந்து கொண்டுதான் இருக்கப்போகிறது. இருந்தாலும் இப்படி ஒரு அலுத்துப்போன சுழற்சி முறை வாழ்வு முழுவதும் தொற்றிக்கொண்டு வந்தாலும் ஏதோ ஒரு இலக்கை நோக்கி ஓடுகின்ற ஒர் ஆத்மாவிற்கு அதை உணர வாய்ப்பில்லை. அப்படித்தான் அதை உணராமலே ஓடிக்கொண்டிருந்தாள் மதுவந்தினி. அவள் மட்டும் இலக்கை நோக்கி ஓடிக்கொண்டிருக்கவில்லை, ஒரு கூட்டமே இலக்கை நோக்கி ஓடிக்கொண்டிருந்தது. அக்கூட்டத்தில் ஒருவளாக இருந்தால் மதுவந்தினி. அவள் எழுந்த மாத்திரத்தில் குளியலறைக்கு குளிக்க சென்றால் அந்த குளியல் கொஞ்சம் வித்தியாசமானதாகவே இருந்து. தண்ணீரில்லாத குளியல் அதுவும் பிறந்தமேனியில் குளித்தால்தான் குளித்தது போலவே உணர முடியும் ஆடைகளை களைந்து இரண்டு கைகளை இரண்டு பக்கமும் நீட்டியும், இரண்டு

கால்களை இரண்டு பக்கமும் விரித்து கொண்டு நிற்க வேண்டும். பின்னர் குளியறையில் உள்ள உணர்திறன் கருவி நின்றவரின் மீது முன்பக்கமும் பின்பக்கமும் தலையிலிருந்து கால்வரை நகலெடுக்கும் கருவியில் வரும் கோடிட்ட ஒளிபோல் உடலில் பாயும். ஒருவேளை அப்படி ஒளியேதும் உடலில் ஒளிரவில்லையென்றால் சரியான நிலையில் நிற்கவில்லை என்று அர்த்தம். குளிப்பவர் சரியான நிலையில் நின்றால்தான் உணர்திறன் கருவி குளிப்பதற்காகதான் நிற்கிறார் என்பதை உணர்ந்து அந்த ஒளியை ஊடுருவ அனுமதிக்கும். உடலில் அந்த ஒளி ஊடுருவிய பின் தண்ணீரை உடலினுள் புகுத்தியதுபோல் குளிராக உணரப்படும். அதன்பின் உடலில் மீண்டும் தலையிலிருந்து கால்வரை அழுக்குநீக்கி அதேபோல் ஒளியின் மூலம் தெளிக்கப்படும். இது தெளித்தபின் உடலில் ஏதோ ஒன்று ஊர்வது போல இருக்கும் ஆனால் உடலுக்கு இதமாக இருக்கும் சில விநாடிகளில் உடல் முழுவதும் நுரை பொங்கும். இந்த நுரையை வெளியேற்றுவதற்கு காற்றை உள்ளிழுக்கும் கருவியின் குழாயை எடுத்து உடலில் உள்ள நுரையின் மீது காட்ட வேண்டும். உள்ளிழுக்கும் கருவி அந்த நுரையை உள்ளிழுத்துக்கொள்ளும். பின்பு மீண்டும் அந்த ஒளி உடலில் பாய்ச்ச அதற்கான நிலையில் நிற்க வேண்டும். இரண்டாம் முறையாக உடலில் பாயும் இந்த ஒளி தேங்கியிருக்கின்ற நுரையினை சுத்தம் செய்துவிடும். இந்த குளியலை குளித்து முடித்தவுடன்

துவட்ட வேண்டிய அவசியமும் இல்லை. எடுத்தவுடனே துணிகளை எடுத்து மாட்டிக்கொள்ளவேண்டியதுதான். இருந்தாலும் இந்த குளியல் குளித்ததை போன்ற உணர்வை தராவிட்டாலும் அதைத்தவிர வேறுவழியில்லை. பின்பு அவள் கைகளில் மோதிரம் போன்ற ஒரு வளையத்தையும் கண்புருவத்தில் நூண்தகடு போன்ற ஒரு அமைப்பையும் மாட்டிக்கொண்டாள், ஆனால் இது அவளுக்கு ஆபரணமும் இல்லை, அதேசமயம் அவளின் உடலோடு இணைந்திருக்கின்ற உடலின் பாகம் என்றால் அது மிகையாது. படுக்கையறைக்கு சென்று பஞ்சமாத்தண்டன் இன்னும் உறங்குகின்றான் என்பதை உறுதிப்படுத்தினாள். உறங்கிக்கொண்டுதான் இருந்தான். இதுதான் சரியான நேரம் மாடித்தோட்டத்திற்கு சென்று வர என நினைத்துக்கொண்டு கிளம்பினால். ஆனால் மாடிக்குச்செல்ல படிக்கட்டுகள் ஏதுமில்லை. மாறாக உட்புற சுவற்றிலிருந்து மேல்நோக்கி ஒரு தடிமனான கம்பி நீண்டுகொண்டிருந்தது. அந்தக்கம்பியில் ஒரு நாற்காலி இணைக்கப்பட்டுருந்தது. மேலே செல்ல நினைத்தால் நாற்காலியில் அமர்ந்துகொண்டு அதில் உள்ள பொத்தானை இயக்கினாள் மேலே செல்லலாம். அதேபோல் கீழேயும் வரலாம். மேலே சென்றாள் மதுவந்தினி. அவள் மேலே சென்றதும் எல்லையில்லா வானத்தைப்பார்த்து திகைத்துப்போய் நின்றாள் என்று சொல்லிவிட முடியாது. ஏனென்றால் அப்படி சொல்லவும் முடியாது. அவள் வீட்டுத்தோட்டத்திற்கு

மேலேயும் ஒரு எல்லையுண்டு. அந்த எல்லைக்கும் ஒரு வரையறையுண்டு. ஆனாலும் மதுவந்தினி திகைத்துப்போய்தான் நின்றுகொண்டிருந்தாள் பக்கத்து வீட்டு பெண் ராகிதநயா எதையோ பறித்துக்கொண்டிருந்தாள். மதுவந்தினி என்னடா இவள் நமக்கு முன்னடியே வந்துவிட்டாளே!,. நம்ம காய்கறிகளையும் சேர்த்து பறித்திருப்பாளோ என்ற பதற்றத்தோடு அவளை நோக்கி அவளருகே வந்தாள். ராகிதநயா மதுவந்தினியைப பார்த்து வாங்கக்கா இன்னும் விடுமுறையில் தான் இருக்கிங்களா எப்போது அக்கா அலுவலகத்திற்கு வரப்போறிங்க என்றாள். மதுவந்தினியும் இன்னும் பத்து நாள்தான் இருக்கு ஆனால் நான் இன்னும் இரண்டு நாளைக்குள்ளே வந்துடுவேன் என்றாள். ராகிதநயாவும் சீக்கிரம் வாங்கக்க நீங்க இல்லமா அலுவலகத்தில் அனைவருமே மிகவும் மகிழ்ச்சியாக இருக்காங்க என்று சொல்ல, மதுவந்தினி தக்காளியை பறித்துக்கொண்டே அவளை முறைத்தாள். அவளது முறைப்புக்கு பயந்த ராகிதநயா ஆமாக்கா, யாருக்குமே கொஞ்சம் கூட பயம், கட்டுப்பாடுன்றதே கிடையாது. சுதந்திரமாக முடிவெடுப்பேன்ற பெயரில் அவர்களின் வசதிக்கேற்ப முடிவெடுத்து செயல்படுகின்றனர். ஆனால் அவர்களின் செயல்பாடுகளின் முடிவுகள் எதற்குமே பயன்படாத ஒன்றாகத்தான் இருக்கிறது. அதற்காகத்தான் அப்படி சொன்னேன் என்று பல்லை காட்ட, மதுவந்தினியும் அப்படியா சரி,.. சரி,.. நான் வந்தா மட்டும் மாறப்போகிறதா என்ன?,,. யார்

வெந்தாலும் வராமலிருந்தாலும் அவர்கள் அவர்களுடைய வேலையைத்தான் பார்க்கப்போகிறார்கள் இதிலென்ன இருக்கு என்று சொல்லிக்கொண்டே ஆமா உனது தோட்டத்தில் காய்கறிகள் குறைவாகத்தான் இருக்கிறது போல என்றாள். ராகிதநயாவும் ஆமாக்கா போன வாரம் வந்தபோதும் இப்படிதான் இருந்தது, இந்த வாரமும் கூட குறைவாகத்தான் காய்க்கிறது, ஆனால் தக்காளி செடி இன்னும் முளைக்கவில்லை. ஏன் குறைவா காய்க்குதுன்னு ஆராய்ச்சி செய்து பார்த்தாள் கடைசியில் மேலே உள்ள எரிவிளக்கிலிருந்து வரும் வெளிச்சத்தில் குறைபாடு இருந்ததாம். அதற்கு எரிவிளக்கின் ஒளிரும் தன்மையில் தாவரத்திற்கான ஒளிச்சேர்க்கை செய்வதற்கான தகுதி இல்லாமல் இருக்கிறது என்று தாவரவியல்துறை துரைராம் சொன்னார். அவர்பேச்சைக்கேட்டு நாங்களும் எரிவிளக்கை மாற்றிவிட்டோம். மாற்றிய பின்பும் குறைவாகத்தான் காய்க்கிறது என்றாள். உடனே மதுவந்தினி அவளிடம் அப்படியெல்லாம் இருப்பதற்கு வாய்ப்பில்லை, அப்படியென்றால் மற்ற காய்கறிகள் ஏதாவது அதிகமாக காய்க்கிறதா என்று கேட்டாள். அவளும் உங்கள் தோட்டத்தை விட குறைவுதான் என்றாள். துரைராம் ஒரு மாங்காமடையன் என்று உங்களுக்கு தெரியாதா?,.. அவன் பேச்சையெல்லாம் கேட்டுக்கொண்டு,........ என்று மதுவந்தினி சொல்லும்பொழுதே ராகிதநயா வேறு என்னதான் அக்கா வழி என்று கேட்க,. மதுவந்தினியும் என்தோட்ட

செடிகளை உன்தோட்டத்திலும், உன்தோட்ட செடிகளை என்தோட்டத்திலும் மாற்றி வைத்து பார்க்கலாம். அதன் பின்பு எப்படி காய்க்கின்றது என்பதை பார்த்துவிட்டு என்ன பிரச்சனை இருக்கிறது என்று ஆராயலாம் என்று சொன்னாள். ராகிதநயா கொஞ்சம் தயக்கத்துடன் யோசித்தாள். என்னடி தயங்குற என்று மதுவந்தினி அதட்ட, அதெல்லாம் ஒன்றுமில்லை அக்கா, அதெப்படிக்கா மாத்திவச்சா மட்டும் எப்படி காய்க்காம போனதென்று கண்டுபிடிக்க முடியும் என்று கேட்க, மதுவந்தினி கொஞ்ச முகச்சுளிப்புடன்,... ம்ம்,.. அதை விளக்கி தெளிவா சொல்வதற்கெல்லாம் இப்போ நேரமில்லே,.. எம்பையன் அறையிலே தூங்குகின்றான் எழுந்துவிட்டானா, இல்லையாவென்று தெரியவில்லை, நான் போக வேண்டும், உனக்கு மாற்றி வைத்து பார்க்க வேண்டும் என்றால் மாற்றி வை, வேண்டாமென்றால் அப்படியே விட்டுவிடு என்று சொல்லிவிட்டு ஏறெடுத்துக்கூட பார்க்காமல் அந்த இடத்தை விட்டு கிளம்பிவிட்டாள். ராகிதநயா இதை கொஞ்சங்கூட எதிர்ப்பார்க்கவில்லை, என்ன செய்யலாமென்று யோசிப்பதற்கே கால் வலிக்குமளவுக்கு நேரம் எடுத்துக்கொண்டாள். சரி எடுத்து மாற்றி வைத்துதான் பார்ப்போம் என்ன நடக்குமென்று என நினைத்துக்கொண்டு ஒவ்வொரு செடியாக தூக்கி மாற்றி வைக்க ஆரம்பித்தாள். அப்படி மாற்றி வைத்துக்கொண்டிருக்கும்போதே ஏன் இருக்குற செடியெல்லாம் மாற்றி வைக்காமலே மாற்றி வைத்தேன்னு சொன்னா கண்டுபிடிக்க முடியுமா

என்ன,... என்று யோசித்துக்கொண்டிருக்கும்போதே அவள் கண்ணில் பட்ட ஒன்று ஆச்சர்யப்பட வைத்தது. அது வேறொன்றுமில்லை மதுவந்தினியின் செடித்தொட்டியின் அடிப்பாகத்தில் பூச்செடி போன்ற சின்னம் பொறிக்கப்பட்டிருந்தது. ஆனால் அவளுடைய தக்காளிச்செடி தொட்டியின் அடிப்பாகத்தில் அப்படியில்லை. இதைப்பார்த்த ராகிதநயா அடக்கடவுளே நல்லவேளை நம்ம கண்ணுல தென்பட்டதே, இல்லையென்றால் பொய் சொல்லி மாட்டியிருப்போம் என்று நிம்மதி அடைந்தாலும்,... ஆமா அந்த அக்கா என்ன தொட்டிய தூக்கி பார்க்கவா போகுதென்று மனம் மாறிமாறி தக்காளிச்செடியை மாற்றி வைப்பதற்கு தடை போட்டுக்கொண்டிருந்தது. பின் எதற்கு வம்பென்று மனம் மடங்கி போக, ராகிதநயா தொட்டிகளை மாற்றி வைத்துவிட்டுதான் கிளம்பினாள். மதுவந்துனி மாடித்தோட்டத்திலிருந்து கீழே செல்ல கீழிறங்கும் இருக்கையில் அமர்ந்து கொண்டு வரும்போது அவளது உருவகபேசிற்கு அழைப்பு வந்தது. உடனே கட்டைவிரலால் அவளது சிண்டுவிரலில் உள்ள மோதிர போன்ற வளையத்தை அழுத்தினாள். அதனை அழுத்தியவுடன் அவளது கண்புருவத்திலிருந்து ஒரு மெல்லிழையான நுண்திரை அவளது கண்களை மூடிக்கொண்டது. ஒரு நிமிடம் காத்திருங்கள் என்று சொல்லிக்கொண்டே குழந்தையின் படுக்கையறைக்கு சென்றாள். குழந்தையின் பக்கத்தில் அமர்ந்து கொண்டு மூடிய நுண்திரையை மீண்டும் திறக்க வைத்துவிட்டு அவளது

நெற்றிப்பொட்டிலிருந்து நுண்ணொளிருவபட கருவியை சிண்டுவிரலில் உள்ள வளையத்தின் மூலம் இயக்கி தன் மகன் பஞ்சமாத்தண்டனை நோக்கி காண்பித்தாள். மறுமுனையில் மதுவந்தினியின் கணவன் பிரபஞ்சகன் தன் குழந்தை தூங்குகின்ற அழகை கண்டு இரசித்தான். எப்பொழுதும் இறுக்கமாக வைத்துக்கொண்டிருக்கும் புன்னகை பூக்காத தன் முகத்தினை காற்றில் மிதந்த இளவம்பஞ்சு போல் பஞ்சமாத்தண்டனின் முகம் தூக்கத்தில் தவழ்ந்தோடியதை கண்டு தன்னுடைய இறுக்கமான முகம் தளர்ந்து மென்மையானதை பிரபஞ்சகனால் உணர முடிந்தது. கண்களில் கண்ணீர்,.. நான் கொஞ்சம் பார்த்துக்கொள்ளட்டுமா என்று அனுமதி கேட்டுக்கொண்டிருந்தது. அந்நேரத்தில்தான் மதுவந்தினி தன் சிண்டுவிரலில் உள்ள கட்டுபாடு வளையத்தின் மூலமாக பஞ்சமாத்தண்டனை நோக்கி காட்டிகொண்டிருந்த நுண்ணொளிருவபட கருவியை தன் முகம் தெரியுமாறு மாற்றியமைத்தாள். சட்டென்று மதுவந்தினி முகம் தெரிய பஞ்சமாத்தண்டனின் முகத்தை காண அனுமதி கேட்டுக்கொண்டிருந்த கண்ணீர் வந்த இடம் தெரியாமல் காணமல் போனது. பஞ்சமாத்தண்டனை போர்வை போட்டு மூடிவிட்டு சகவாசமாக தன் கணவனிடம் இப்போதே பழைய கணக்கை தீர்த்துவிட வேண்டியதுதான் என்று எண்ணி அவள் கண்புருவத்திலிருந்த திறந்த நுண்திரையை மூடி தன் கணவனை நுண்திரையில் பார்த்த மாத்திரத்தில் அவள் மனதில் குளம்போல்

தேங்கியிருந்த வஞ்சம் காணமல் வற்றிப்போனது. கணவனின் முகத்தை மௌனம் கலையாமல் எவ்வளவு நேரமானமாலும் பார்த்துக்கொண்டிருக்கலாம் என்றிருந்தது. ஆனால் பிரபஞ்சகனின் கேள்விகள் கணவனின் உடல்மொழியை உள்வாங்கிக்கொண்டிருந்த மதுவந்தினியின் மௌனத்தை கலைத்தது. மௌனத்தை கலைத்த பின்தான் தன் கணவருடன் சக பணியாளர்களும் இருக்கிறார்கள் என்பதை அவள் கண்கள் உணர ஆரம்பித்தன. அடப்பாவி நான்கூட ஏதோ மனைவி, குழந்தையை பார்க்க வேண்டும் என்ற பாசத்தினால் தான் உருவகப்பேசிக்கு அழைப்பு விடுத்திருக்கிறார் என்று நினைத்தேனே!. ஆனால் வேலைக்காகத்தான் அழைப்பு விடுத்திருக்கிறாயா?,. என்று அவளுக்குள்ளாகவே அவள் மனம் கேட்ட கேள்விக்குப்பின்,.. காணமல் வற்றிய வஞ்சம்,.. மீண்டும் பெருக்கெடுத்து,.. கணவரை வறுத்தெடுக்க முடியாமல் தொண்டைக்குழி வரை கொப்பளித்துக்கொண்டிருந்தது. வேறுவழியில்லாமல் அது கள்ளத்தனமான புண்சிரிப்பாக மாறி மதுவந்தினியின் உதட்டினூடாக உமிழ்ந்துகொண்டிருந்தது. பிரபஞ்சகனின் சக பணியாளர் ஒருவர் மதுவந்தினியிடம் நாங்கள் இப்போது எங்கு இருக்கின்றோம் என்றே தெரியவில்லை. நாங்கள் வழிமாறி சென்றுவிட்டோம். தயவுசெய்து எங்களின் இருப்பிடத்தை கண்டறியுங்கள். இப்போது நாம் பேசிக்கொண்டிருக்கும் இந்த அலைவரிசையை வைத்து வழி சொல்லுங்கள் என்று சொல்லும்போதே நுண்திரை செயலிழந்து விட்டது....

பகுதி - 3

இப்பிரபஞ்சத்தில் நமது பூமியைப்போன்றே ஒரு கிரகம். இக்கிரகத்தின் பெயர் ராகாகிரகம் கிட்டத்திட்ட நமது பூமியைப்போன்ற தகவமைப்பை அது கொண்டிருந்தது. ஆனால் மனித இனம் மட்டும் பரிணாம வளர்ச்சி அடையாமல் நேரிடையாக வேற்றுகிரகவாசிகளாக வந்து குடியேறி விட்டனரா?. என்று கேட்குமளவிற்கு தொழில்நுட்பத்தில் முன்னோடியாக விளங்கிக்கொண்டிருந்தனர். அவர்கள் எந்தளவிற்கு தொழில்நுட்பத்தோடு நெருக்கமாகிக்கொண்டே இருக்க ஆரம்பித்தார்களோ!... அந்தளவிற்கு அவர்களுடன் பின்னிபினைந்திருந்த இயற்கையும், அதனைச்சார்ந்த வாழ்வியல் முறையுடனாக இருந்த நெருக்கத்தின் இடைவெளியும் அதிகமாகிக்கொண்டே சென்றது. இந்த பிரபஞ்சத்தில் ஓர் உயிர்,... உயிருடன் இருப்பதற்கு முக்கிய காரணியாக விளங்குவது பஞ்சபூதங்களான நீர், நிலம், காற்று, நெருப்பு, ஆகாயம்... அதுவும் சரியான சதவிகிதத்தில் இருக்க வேண்டும், இவற்றில் ஏதாவது ஒன்று இல்லையென்றாலும் அது முடியாத காரியம். நமது பூமியில் இது தான் ஓர் உயிர் இயங்குவதற்கான

சூத்திரம். ஆனால் இப்பிரபஞ்சத்தில் இந்த சூத்திரத்தில் தான் உயிர் வாழமுடியும் என்ற கட்டாயமில்லை, வேறு சூத்திரத்தில் கூட உயிர் வாழ்வதற்கான சாத்தியக்கூறுகள் இருக்கலாம், அதற்கு இந்த பஞ்சபூதங்கள் இருக்க வேண்டும் என்ற கட்டாயம் இல்லாமல் கூட இருக்கலாம். ஆனால் ராகா கிரகம் இந்த பஞ்சபூதங்களின் தத்துவத்தின் அடிப்படையிலே இயங்கிக்கொண்டிருந்தது. இந்த எல்லையில்லா பிரபஞ்சத்தில் எங்கோ ஓர் உயிர் வாழவேண்டுமென்றால் நமது பூமியைப்போல தகவமைப்பை கொண்டிருக்க வேண்டும் என்பதல்ல,... எந்த மாதிரியான தகவமைப்பை கொண்டுள்ளதோ, அதற்கு தகுந்தவாறு உயிரினங்கள் தோன்றுவதற்கு வாய்ப்புள்ளது. நீரினில் ஓர் உயிர், உயிர்வாழ வேண்டுமெனில் எப்படி மீனினைப்போல தகவமைப்பை பெற்றிருக்க வேண்டுமோ!,... அதுபோல ஒவ்வொரு கிரகத்தின் தகவமைப்பைப்பொறுத்து, அக்கிரகத்தின் தன்மையோடு பரும உடலைக்கொண்டு உயிர் வாழ்வதற்கும் வாய்ப்புண்டு, ஆனால் அவ்வுடல் நமது பூமியில் உள்ள மனித உருவமைப்பைப்போலத்தான் இருக்க வேண்டும் என்பதல்ல, வேறு உருவங்களுடன் வேறு தன்மையுடன் உயிர் வாழவும் வாய்ப்புள்ளது. ஆனால் ராகா கிரகத்தில் வாழ்ந்த மக்களின் உருவமைப்பும், தகவமைப்பும் அச்சு அசல் நமது பூமியின் மனித உருவத்தைப்போலவே இருந்தது. இப்பிரபஞ்சம் தன்னுள்ளிருப்பதைக்கொண்டு யதார்த்தமான படைப்பினை பதார்த்தமாக உருவாக்குவதால்தான்

நாம் அதனுள் உணர்வுள்ள உயிராக உலவுகிறோம். அந்த உணர்வுள்ள ஓர் உயிர் உலவ வேண்டுமெனில் இப்பிரபஞ்சம் தன்னுடைய முன்திட்டத்தோடு அதற்குத்தகுந்தவாறு தன் இயற்கையமைப்பை உருவாக்கிக்கொள்கிறதா!,.. இல்லை தனக்குத்தானே தன்னாலே நிகழ்கின்ற மாற்றத்தினால் உயிர் உருவாகும் பதம் வருகின்றபோது தன்னாலே உயிர் உருவாகின்றதா,. என்பதும் புரியாத புதிர்தான். எது எப்படி இருந்தாலும் இப்பிரபஞ்சத்தில் உருவாகின்ற ஒரு உயிரும் இப்பிரபஞ்சத்தின் அங்கம்தான். ஆனால் கடைசியில் அந்த உயிரே இப்பிரபஞ்சத்தில் ஏதாவதொரு மாற்றத்தை நிகழ்த்துகின்ற அளவிற்கு பரிணாம வளர்ச்சியடையும்போது நாம்தான் இத்தகைய மாற்றத்தை நிகழ்த்தினோம், ஆதலால் நாம்தான் மிகப்பெரும் சக்தி என்ற கர்வமும் கணமாகிறது. அப்படிதான் ராகா கிரகத்திலிருந்த மனித உயிர்கள் தங்களின் தொழில்நுட்பத்தில்தான் தன்னுடைய அதிகாரத்தையும், பலத்தையும் காண்பிக்க ஆரம்பித்தனர். தொடக்க காலத்தில் அவர்களின் தொழில்நுட்பம் தன்னுடைய வேலைகளை எளிதுபடுத்தவும், மனித வேலைகளை குறைக்க மட்டுமே பயன்பட்டுக்கொண்டிருந்தது. காலப்போக்கில் ராகா கிரகத்தில் உள்ள மக்கள்தொகையை குறைக்கின்ற அளவிற்கு பரிணாம வளர்ச்சியடைந்து கொண்டிருந்தது. அதற்கு காரணம் அவர்களின் தொடக்க காலத்தில் உணவிற்கும், இருப்பிடத்திற்கும் மட்டுமே உழைக்க வேண்டும் என்பதை தாண்டி

தன்னுடைய அதிகாரத்திற்கும், மற்றவர்களைக்காட்டிலும் நாம்தான் சிறந்து விளங்க வேண்டும் என்ற போதையும் போரிடக்கூடிய அளவிற்கு கொண்டு சென்றது. ஆனால் அவர்களுடன் போரிட வேற்றுக்கிரக மனிதர்கள் தான் இல்லை. அதனால் அவர்களுக்கிடையே உள்ள நாடுகளுடன் தாக்கி கொண்டனர். சண்டையும், சமாதனத்தையும் இந்த பிரபஞ்சம் படைக்கவில்லை, ஆனால் இப்பிரபஞ்சத்தில் நிகழ்கின்ற ஒவ்வொரு நிகழ்வும் இப்பிரபஞ்சத்தின் குணாதிசயங்களை வெளிபடுத்துபவையே,... அப்படி அதனுடைய குணாதிசயங்களை வெளிப்படுத்துவதற்கு பொருத்தமான குணாதிசயமுள்ள ஒரு பொருளையோ அல்லது ஒரு உயிரையோ அது தேர்ந்தெடுத்துக்கொள்கிறது. அப்படி தேர்ந்தெடுக்கப்பட்டதுதான் ராகா கிரகத்திலுள்ள இரண்டு நாடுகள், ஒன்று லக்கியா மற்றொன்று டக்கியா, இந்த இரண்டு நாடுகளும் போருக்கு தயாராகிக்கொண்டிருந்தது. லக்கியாவும், டக்கியாவும் பக்கத்து நாடுகள்தான் ஆனால் டக்கியாவின் நிலப்பரப்பு ஒரு தீவினைப்போன்றது, சுற்றியும் கடல். ஆனால் நடக்கப்போகின்ற போருக்கு மூலகாரணம் மிகவும் சாதரணம் விடயம்தான். போர் நடத்தியே ஆக வேண்டுமென்று முடிவு செய்துவிட்டால், சாதரண விடயத்தை அசாதரணமாக மாற்ற வேண்டும்,.. இல்லை சாதரண விடயத்தை மறைத்துவிட்டு அசாதரண விடயத்தை உருவாக்கி போர் செய்ய

வேண்டும். டக்கியா நாட்டு அதிபர் திபுடக்கர் தன் அமைச்சர்களிடம் லக்கியா நாட்டுடன் போர்தொடுக்க ஏதாவது காரணத்தையும், சூழலையும் உருவாக்குங்கள் என்று உத்திரவிட்டுவிட்டார். அந்த நேரத்தில்தான் லக்கியா நாட்டில் விண்வெளிப்பாலம் என்ற ஒன்றை கட்டி வந்தார்கள் அதுவும் கடலில். ராகாகிரகத்திலிருந்து ஐநூறு கிலோமீட்டர் தூரத்தில் விண்வெளிக்கு ஒரு விண்வெளி பாலத்தை அமைத்தனர் அதுவும் கடல் பகுதியில், இது அவர்களுக்கு மிகுந்த செளகரியத்தை தந்தது. இதுவே நிலப்பரப்பில் அமைத்திருந்தால் கட்டுமானத்தில் ஏதாவது அசம்பாவிதம் ஏற்பட்டால் கூட கட்டுமான பொருட்களுக்கு பெரும் சேதம் ஏற்படும். ஆனால் கடற்பரப்பில் அதற்கு அவ்வளவு வாய்ப்பில்லை என்பதால் அவர்கள் விண்வெளிப்பால திட்டத்தை நடுக்கடற்பகுதியில் செயற்படுத்தினர். கடற்பகுதியில் அசம்பாவிதம் நடந்தாலும், நடக்காவிட்டாலும் மிகப்பெரும் பாதிப்பை ஏற்படுத்தப்போவதில்லை. ஆனால் கடலின் அடிமட்ட கட்டுமானம் கொஞ்சம் கடினமானதாகவே இருந்தாலும் அவர்கள் கட்டுமான அசம்பாவித நிகழ்தகவின் அடிப்படையில் ஏற்படும் சம்பவங்களுக்கே முக்கியத்துவம் கொடுக்கப்பட்டதால் கடலில் கட்டுமானத்தை கட்டுவதை தவிர்க்கமுடியவில்லை. அதுமட்டுமல்லாமல் லக்கியா நாட்டின் விண்வெளி ஆராய்ச்சிக்கழகமும், தொல்லியல் துறையும் இணைந்து அந்த கடற்பகுதியை தேர்ந்தெடுத்திருந்தனர். அதற்கு வேறு காரணங்கள் கூட இருக்கலாம்.

கட்டுமான பொருட்கள் அனைத்தும் கப்பல் மூலம் கடற்கரையிலிருந்து ஐம்பது கிலோமீட்டர் தொலைவிற்கு கொண்டு சென்று அங்கு இரண்டு கிலோமீட்டர் பரப்பளவில் மிதக்கும் சமதளப்பரப்புகள் உருவாக்கி சுருள்வளையம் போன்ற அமைப்பில் வளைந்து வளைந்து செல்லும் விண்வெளி பாலத்தை அமைத்தனர். செங்குத்தாக விண்வெளி பாலத்தை வடிவமைப்பதற்கு பிடிமான தூண்கள் அமைக்க சிக்கல் ஏற்பட்டதால் அதிக பொருட்செலவானலும் பரவாயில்லையென்று வளைந்து செல்லும் விண்வெளி பாலத்தை வடிவமைக்க வேண்டிய கட்டாயத்திற்கு தள்ளப்பட்டார்கள். விண்வெளி பாலத்தை வடிவமைத்து கட்டமைக்கும் முன்னரே விண்வெளிகூடத்தை விண்வெளியில் கட்டமைத்திருந்தனர். இது ராகா கிரகத்திலிருந்து ஐநூறு கிலோமீட்டர் தொலைவில் பல ஆண்டுகளுக்கு முன்னரே விண்வெளி ஆராய்ச்சிக்காக வடிவமைக்கப்பட்டததுதான் இப்போதுதான் கொஞ்சம் விண்கல பயணத்திற்காக அதன் சுற்றுப்பரப்பளவை அதிகப்படுத்தினர். அதுமட்டுமல்லாமல் இந்த விண்வெளிக்கூடத்தினை முதல்நிலை விண்வெளிக்கூடமாக நிர்ணயித்து இரண்டாம்நிலை விண்வெளிக்கூடத்தை முதல்நிலை விண்வெளிக்கூடத்திலிருந்து ஐநூறு கிலோமீட்டர் தொலைவில் அமைத்தனர். இதற்கு காரணம் ஈர்ப்பு விசையானது முதல்நிலை விண்வெளிக்கூடத்திலே முழுமையாக முடிந்துவிடுவதில்லை அதன் தாக்கம் சிறிதளவு இருந்தாலும் இலட்சக்கணக்கில் உள்ள

எடையை பறக்க வைப்பதில் சிரமமே. அதற்காகவே இரண்டாம்நிலை விண்வெளிக்கூடத்தை கட்டமைக்க வேண்டிய கட்டாயத்திற்கு தள்ளப்பட்டனர். ஆனால் அதன் கட்டமைப்பு முதல்நிலை விண்வெளிக்கூடத்தின் கட்டமைப்பிலிருந்து முற்றிலும் மாறுபட்டதாக இருந்தது. இரண்டாம் நிலை விண்வெளிக்கூடத்திற்காக கட்டமைக்கப்பட்ட விண்கலப்பாலமானது சுருள்வளையத்தைப்போல் இல்லாமல் செங்குத்தாகவே வடிவமைக்கப்பட்டிருந்தது காரணம் விண்கலனின் எடையை இது முழுமையாக தாங்கப்போவதில்லை மாறாக பிடிமானத்திற்கு மட்டுமே பயன்படும் வகையில் திட்டமிடப்பட்டிருந்தது. இந்த விண்கலப்பாலத்தை விண்வெளியிலிருந்து பார்க்கும்போது ஒரு நூலிழை தொங்கிக்கொண்டிருப்பது போல் காட்சியளிக்கும். சுருள்வளையமுள்ள பாலத்தின் மறுமுனையை விண்வெளிகூடத்துடன் இணைக்கும் வகையிலாக ராகாகிரகத்திலிருந்து தொடங்கிய விண்கல பாலத்தின் வளைவு நெளிவான அமைப்பு ஒரு நீளமான பாம்பு சுரண்டு புரண்டு விண்வெளிக்கூடத்தை சீறிப்பாய்ந்து கவ்வியது போன்ற அமைப்பை ரம்மியமாக கொண்டிருந்தது. அதனை முழுமையாக ரசிக்க வேண்டுமானால் விண்வெளிக்கூடத்தின் பக்கவாட்டிலிருந்து இரண்டு கிலோமீட்டர் அந்தரத்தில் பயணித்து பார்த்தால்தான் முழு அழகையும் ரசிக்க முடியும். அடுத்த கட்டநடவடிக்கையாக ஏற்கனவே உருவாக்கி வைத்திருந்த பத்து விண்கலன்களையும் தனித்தனி

பாகங்களாக கழட்டி விண்வெளிப்பாலம் வழியாக விண்வெளிக்கூடத்திற்கு அனுப்பினர். அதை தனித்தனிப்பாகங்களாக கழட்டுவதற்கு முன்பே பத்து விண்கலன்களையும் ராகா கிரகத்தினுள்ளே விண்வெளி மாதிரியை உருவகம் செய்து விண்கலனின் செயற்திறனை சோதித்து பார்த்து பலதரப்பட்ட குறைபாடுகளை போக்கிய பின்னரே விண்வெளிக்கூடத்திற்கு அனுப்ப முடிவு செய்தனர். ஐநூறு கிலோமீட்டருள்ள விண்வெளிப்பாலத்தின் உட்புறமானது ஐம்பது மீட்டரளவிற்கு சுற்றுப்பரப்பளவைக்கொண்டு நான்கு பக்கமும் தொடர்வண்டியின் தண்டவாளத்தைப்போல இரும்பினால் அமைக்கப்பட்டிருக்கும். இந்த தண்டவாளம் தான் ஐநூறு கிலோமீட்டர் தூரத்திற்கு பயணிக்கும் சாலையைப்போன்றது. இந்த சாலையில் பயணிக்கும் பேருந்துதான் கொஞ்சம் வித்தியாசமானது, இதன் நான்கு பக்கங்களிலும் சக்கரங்கள் பொருத்தப்பட்டு அந்த தண்டவாளத்தின் மீது பயணிக்கின்ற வகையில் இருக்கும். விண்வெளிப்பாலத்தில் பயணமாகும் இந்தப்பேருந்தானது ஒரு குழாயின் வழியே செல்கின்ற தண்ணீரைப்போன்ற இடைவெளியற்ற தன்மை கொண்டது. இதற்காகத்தான் நான்குபுறமும் சக்கரமும் தண்டவாளம்போன்ற அமைப்பு ஏற்படுத்தப்பட்டிருந்தது. மேலும் இந்தப்பேருந்து இரண்டு தன்மைகளை தன்னகத்தே கொண்டுள்ள தனது உட்புற அமைப்பை,. மனிதர்கள் பயணிகளாக பயணிக்கும்போது

அதற்குத்தகுந்தவாறு வடிவமைப்புகளை விண்கலப்பேருந்தாக மாற்றிக்கொள்ளும், ஏதாவது சரக்குப்பொருட்களை கொண்டுசெல்லும்போது அதற்குத்தகுந்தவாறு வடிவமைப்புகளை மாற்றும்போது கொள்கலனுந்தாக செயல்படும். அதேபோல் பல பகுதிகளாக கழட்டப்பட்ட பல விண்கலன்கள் இந்த கொள்கலனுந்தில் போட்டுத்தான் எடுத்து போகவேண்டும். பின்பு முதல்நிலை விண்வெளிப்பாலத்தை அடைந்தவுடன் மீண்டும் பொருத்திக்கொள்வார்கள். ராகாகிரக விஞ்ஞானிகள் என்னதான் தொழில்நுட்பத்தை மேம்படுத்தினாலும் ஈர்ப்புவிசையிடம் தோற்றுக்கொண்டேதான் இருந்தார்கள். இல்லையென்றால் இவர்கள் ஏன் இந்த விண்வெளிக்கூடத்தையும், விண்கலப்பாலத்தையும் உருவாக்கப்போகிறார்கள் நேரிடையாக ராகாகிரகத்திலிருந்தே பயணிக்கலாம். அந்த விண்வெளிப்பாலத்தின் நோக்கம் ராகாகிரகத்தின் உலக நாடுகள் அறிந்ததுதான். அதுவும் உலக நாடுகளின் ஒப்புதலோடு ஆரம்பிக்கப்பட்ட திட்டம்தான் அது. அந்த விண்வெளிப்பாலத்தை டக்கியா நாட்டு அதிகாரிகள் இது விண்வெளிப்பாலம் இல்லை, ஏவுகணைப்பாலம். இதை லக்கியா நாடு விண்வெளிப்பாலம் என்று உலக மக்களிடம் தெரிவித்துவிட்டு எதிரி நாடுகளே இல்லாமல் செய்வதற்கு ஏவுகணைகளை ஐநூறு கிலோமீட்டருக்கு மேலே நிலைநிறுத்துவதற்கு செய்கின்ற ஏற்பாடுதான் இந்த விண்வெளிப்பாலம் என்ற பொய்ப்பாலம். அப்படி

அவர்கள் ஏவுகணைகளை நிலைநிறுத்திவிட்டால் எந்த இடத்திற்கு வேண்டுமானாலும் தாக்குதல் நடத்தலாம். லக்கியா நாட்டை எந்த உலக நாடுகளும் கேள்விகள் கேட்க முடியாது என்று வதந்திகளை பரப்ப ஆரம்பித்தனர். மற்ற நாடுகள் கேட்கின்ற கேள்விகளுக்கெல்லாம் டக்கியா நாட்டு அதிகாரிகள் நாங்கள்தான் லக்கியா நாட்டின் பக்கத்து நாடு, எங்களுக்குத்தான் அவர்களின் திட்டமும், நோக்கமும் தெரியும். லக்கியா நாட்டு அதிபர் கொங்கரான் உலக நாடுகளை ஒன்றினைத்து ஒற்றையாட்சி முறையை விரும்பியவர். அதை செயல்படுத்துவதற்குத்தான் இந்த திட்டம். இந்த பாலம் கட்டிமுடிக்கப்பட்டால் அவர்களின் ராணுவத்தை அப்பாலத்தில் நிலைநிறுத்துவார்கள். பின்பு அந்த ராணுவத்தை வைத்து உலக நாடுகளை மிரட்டி தன் வசப்படுத்துவார். அவர்கள் கட்டமைக்கின்றதாக சொல்லப்படும் அந்த விண்வெளிப்பாலத்தின் அமைப்புகள் மிகப்பிரமாண்டமாக இருக்கின்றது. சாதரண விண்வெளிப்பயணத்திற்கு இந்த கட்டமைப்புகள் தேவையில்லை என்று பொருத்தமான பொய்களை உலக நாடுகளுடன் நம்பும்படியாக பரப்பி வந்தனர். அவர்கள் பரப்பிய வதந்திகளில் பாதி உலக நாடுகள் டக்கியா நாடு சொல்வது சரிதான் என எண்ணத்தோன்றியது. பாதி உலக நாடுகள் லக்கியா நாட்டின் மீதிருந்த நம்பிக்கையால் அதனை நம்ப மறுத்தது. கடைசி கட்ட முடிவில் லக்கியாவும், டக்கியாவும் போருக்கு ஆயத்தமாகிக்கொண்டிருந்தது.

ஆனால் லக்கியா இதனை ஒரு போராக கருதவில்லை, மாறாக தன்னுடைய தற்காப்பிற்காக தன்னை தாக்க வரும் ஆபத்தை தடுக்க வேண்டும் என்ற மனநிலையில் தான் இருந்தனர். ஆனால் டக்கியா இந்த வாய்ப்பை பயன்படுத்தி தனது நாட்டின் ராணுவத்தில் கண்டுபிடிக்கப்பட்ட அனைத்துதொழில்நுட்பங்களையும் இந்த போரில் பயன்படுத்திவிட வேண்டும். இந்த போரின் மூலம் உலக நாடுகளுக்கு டக்கியாதான் சிறந்த நாடு என்பதை நிருபிக்க வேண்டும் என்ற வெறியோடு இருந்தனர். டக்கியா தனது ராணுவ தளவாடங்களை லக்கியாவை தாக்குவதற்கு எந்த இடத்தில் வைத்து தாக்க வேண்டுமோ, அந்த இடத்தில் மட்டும் வைக்கவில்லை. மாறாக அவர்களின் குறி அந்த விண்வெளிப்பாலத்தை தாக்குவதிலும்தான் இருந்தது. எங்கெங்கு ராணுவ தளவாடங்களை நிலைநிறுத்தி தாக்கினால் எதையெதை தாக்க முடியும் என்பதை பார்த்து அதையெதை அங்கு நிலைநிறுத்தினர். அதேபோல் லக்கியா தனது எதிர்தாக்குதலை தடுப்பதற்கு தனது ராணுவ தளவாடங்களை தயார் நிலையில் வைத்திருந்தனர், ஆனால் தாங்கள் எப்போதும் முதல் தாக்குதலை தாக்கிவிடக்கூடாது என்பதிலும், அதேசமயம் அவர்களின் தாக்குதலை இடைமறித்துவிட வேண்டும் என்பதிலும் ஒருபோதும் அவர்களின் தாக்குதல் லக்கியாவிற்கு இழப்பை ஏற்படுத்தி விடக்கூடாது என்பதில் கவனமாக இருந்தனர். டக்கியா தனது முதல் தாக்குதலை தாக்க ராணுவ தளபதியின் அனுமதிக்காக ஒருசில

நிமிடங்கள் காத்திக்கொண்டிருந்தனர். சிலநொடிகளில் டக்கியா என்ற நாடு இருந்த இடம் தெரியாத அளவிற்கு பெரும் சேதத்தினை கண்டிருந்தது. கடல் சுனாமியால் கொந்தளித்துக்கொண்டிருந்தது.

ஒடுக்கனூரிலிருந்து நிலவன் தன் பயணத்தை தொடங்க தயாராகிக்கொண்டிருந்தான். நிலவனின் தம்பி இளவன் அப்பயணத்தை அவனுக்கு விட்டுக்கொடுத்திருந்தான். நிலவனின் அப்பாவும், அம்மாவும், தம்பியும் அவனுக்கு அக்கிராம சடங்குகளின்படி அவனை வழியனுப்பி வைத்தனர். சாதரண பயணத்திற்கு சடங்குகள் தேவையில்லைதான், ஆனால் இந்த பயணம்தான் சாதரண பயணமில்லையே,... அவனை அனுப்பி வைப்பவர்களுக்கு திரும்பவும் பார்க்க முடியாதே என்பதை தாண்டிய சோகத்தை விட, அவன் எங்கிருந்தாலும் தன் வாரிசை எங்கியாவது ஓரிடத்தில் வாழ வைத்துவிட்டால் போதும் என்ற எண்ணத்தையும், ஆசிர்வாதத்தையும் கண்களின் வழியாக வழிந்த கண்ணீரின் வழியாக வெளிப்படுத்தினர். நிலவனும் அவர்களின் முகத்தை இனி பார்க்க முடியாது என்பதை நினைவில் வைத்து அப்பா, அம்மா, தம்பி என அனைவரின் முகத்தையும் மாறி மாறி பார்த்து நினைவில் ஏற்றிக்கொண்டான். இந்த நினைவுதான் தன் வாழ்நாள் முழுவதும் ஞாபகம் வரும்போதெல்லாம் அவர்களின் முகத்தை கண்முன்

நிறுத்த வேண்டும். அந்த நினைவிற்கு வலு சேர்க்கும் விதமாக அவர்களின் முகத்தை கண்ணிமை மூடாமல் பார்த்துக்கொண்டே இருந்ததால் அவர்களுக்கு இவனால் ஆறுதலோ, இல்லை அவர்களின் கண்ணீருக்கோ பதிலலிக்காமல் மௌனத்தை மட்டுமே பரிசளித்தான். அவனது அம்மா நீலவாணி பயணத்திற்கு தயாராக வைத்திருந்த பயணப்பையை அவன் கையில் கொடுத்து அனுப்பும்போது அவளுடைய ஆசிர்வாதத்தையும் கொடுத்து அனுப்பினாள். பையை வாங்கும்போது அம்மாவின் கையை பிடித்துக்கொண்டு கதறிக்கொண்டு வந்த அழுகையை கதவடைத்ததுபோல் தொண்டையில் அடக்கி வைத்து, தேம்பித்தேம்பி அழுத குழந்தைபோல் மாறி அம்மாவை கட்டிபிடித்துக்கொண்டு அடக்கி வைத்த அழுகையை வெளிப்படுத்தினான். தம்பி இளவனும் சேர்ந்து கட்டியணைக்க, அப்பா மீளான் இந்த மீளாத்துயரிலிருந்து மீள தன்னுடைய மகனின் தலைமீது கைவைத்து தன்னுடைய உயிராற்றலை நிலவனுக்கு கடத்தி, அனைத்து தடைகளையும் தகர்த்து கடந்து செல் என்று ஆசிர்வதித்தார். நிலவனும் அனைவரின் ஆசிர்வாதங்களையும் பெற்றுக்கொண்டு கல்நெஞ்சமாய் கடந்து சென்றான். அண்ணன் நிலவன் செல்வதைக்கண்ட இளவன் தன் மனதில் தான்தான் செல்கின்றேன், நானே செல்கின்றேன்,... என்ற உணர்வுடன் மனமகிழ்வோடு தன் அப்பாவையும், அம்மாவையும் கூட்டிக்கொண்டு வீட்டிற்குள் சென்றான். நிலவன் தன்னுடைய நடையின்

கால்பாதத்தை இந்த மண்ணில் தடம் பதிக்க வேண்டும் என்று தன்னுடைய செருப்பினை கழற்றி வெறும்பாதத்தில் நடந்தான். இந்த முறைதான் தான் வசித்த இந்த கிராம மண்ணின் மகிமை உணர்ந்தான், இவ்வளவு நாள் எங்களை தாங்கி நின்ற முதல் தாயே என்று வர்ணித்தான். இவ்வளவு நாட்களாக உனது பெருமை அறியா அளவிற்கு எங்களை சுகமாய் வைத்திருந்...தாயே,.. என்றான். பின்னர் தன் மீது வீசிய இளங்காற்றை இரசித்து,... தன் சட்டையை கழற்றிவிட்டு அந்தக்காற்றை என் உடம்பினுள் உட்புகுத்த வேண்டும் என நினைத்தான். இவையெல்லாம் இனி நமக்கு கிடைக்குமோ, கிடைக்காதோ, இதுவரை நம்முடன்தானே இவையெல்லாம் இருந்தது. இதுநாள் வரை உணராமல் இப்போது உணர்வது ஏனோ!,.. என இவன் மனம் நினைக்க,.. காட்டுப்பாதை முடிவதற்குள் எப்படியெல்லாம் இந்த இயற்கையை அனுபவிக்க வேண்டுமோ,. அப்படியெல்லாம் அனுபவித்து விட வேண்டும் என்று எண்ணி தன் சட்டையை கழற்றி கையில் எடுத்துக்கொண்டு தன் உடம்பின் மீது பட்ட காற்றை உணர்ந்து கொண்டே செல்கையில் அந்தக்காற்றுக்கு மூலமாய் இருந்த செடிகளையும், கொடிகளையும், மரங்களையும் நினைக்க ஆரம்பித்தான். நீங்களும் உயிர்தானே, உங்களுக்கும் உணர்வுகள் உள்ளதுதானே என்று அவனுக்குள்ளாகவே அவனை கேட்டுக்கொண்டு அங்குள்ள தாவரங்களிடம் தன்னுடைய குடும்பத்தையும், இக்கிராம மக்களையும்

பத்திரமாக பார்த்துக்கொள். உன்னை நம்பித்தான் விட்டுச்செல்கின்றேன் என்று ஒவ்வொரு செடிகளையும், கொடிகளையும், மரங்களையும் பார்த்து சொல்லிக்கொண்டே சென்றான். கடைசியில் காட்டுப்பாதை முடியவே,. தன் கையிலிருந்த சட்டையை அணிந்துகொண்டு சாலையை அடைந்தவுடன் சற்று தூரத்தில் பேருந்து நிலையத்தில் பேருந்திற்காக அவனைப்போலவே பலர் காத்திருந்தார்கள். சிலர் நிலவனைப்போலவே குடும்பத்தில் ஒருவரை மட்டும் அனுப்பி வைத்திருந்தார்கள், சிலர் குடும்பமாக வந்திருந்தனர், சிலர் குடும்பத்திலுள்ள தனது வாரிசுகள் அனைவரையும் அனுப்பி வைத்திருந்தனர். அந்தக்கூட்டத்தில் தன்னையும் ஐக்கியமாக்கிக்கொண்டான். அக்கூட்டத்தில் தனக்கு தெரிந்த சில நண்பர்களையும் கொண்டிருந்தான் நிலவன். அப்படி தெரிந்த நண்பர்களில் சொல்லிக்கொள்ளும் அளவிற்கு தெரிந்தவன்தான் துறைராம். நிலவன் துறைராமை பார்த்த சந்தோசத்தில் நல்லவேளை நீ வந்தாய், இல்லையென்றால் நான் கொஞ்சம் கடினப்பட்டிருப்பேன். இதைக்கொஞ்சம் பிடித்துக்கொள் என தன்னிடம் வைத்திருந்த பையை அவனிடம் நீட்டினான். உடனே நிலவன் என்னைப்பார்த்தால் எப்படி தெரிகிறது, என்னுடைய பையை கீழே போட்டு விடவா?,. என திட்டினான்.. அட டேய் பரவாயில்லையே!... பள்ளிக்கூடத்தில் இருந்தது போல் இப்போது இல்லையேடா நிலவா,... ஆளே

மாறிவிட்டாய் என்றான். ஆமா உனக்கு அப்படியே இருந்து விடுவார்களா,..... ஆனால் உன்புத்தி மட்டும் மாறாமல் எப்படிடா அப்படியே மட்டமா இருக்கு?,. என்று நிலவன் வினவ,.. நண்பர்களுக்கே உரிய உரையாடல் நீண்டுகொண்டே இருக்க,.. சிறிது நேரத்தில் பேருந்து வர அனைவரும் ஏறி சென்றனர். இந்த பயமிக்க பயணத்திற்கு முக்கிய காரணம்,. ராகா கிரகம் அது தன்னை இந்த புத்திசாலிமிக்க மனித இனத்திடமிருந்தும், குத்துயிரும் கொலையுயிருமாய் வாழமுடியாமல் வாழ்கின்ற மற்ற உயிரினங்களிடமிருந்தும், எங்கும் கட்டிடங்களாகவும், தொழில்நுட்ப கருவிகளாளும் சூழ்ந்துள்ள தன் நிலப்பரப்பிடமிருந்தும், ஆங்காங்கே எச்சங்களாய் மிச்சமிருக்கும் இயற்கையிடமிருந்தும், விடைபெற்றுக்கொள்ள விரும்பி தன்னை புதுபித்துக்கொள்ள புத்துணர்வாய் தயாராகிக் கொண்டிருந்த காலகட்டத்தில் அப்பப்போ சில பேரிடர்களை பரிசாக ராகா கிரக உயிர்களுக்கு பரிசலித்துவிட்டு போகும். இந்த காலகட்டம் எப்படிபட்டதென்றால் இரவின் இருளைக்களைத்து பகல் நேர வெளிச்சத்திற்கு சூரியனுக்காக காத்திருக்கின்ற இருளில் முளைவிட்ட வெளிச்சத்தின் பகலைப்போன்ற காலகட்டம். முழுமையான பகலின் வெளிச்சத்திற்கு விடியற்காலையின் வெளிச்சம் எப்படி ஒரிரெண்டு மணிநேரம் காத்திருக்குமோ அப்படி காத்திருந்தது ராகா கிரகம் தன் அழிவிற்காக. இந்த அழிவுகூட இரவிலிருந்து மாறும் பகலைப்போலவும்,

பகலிலிருந்து மாறும் இரவைப்போலதான் தன்னை ஆக்கத்திலிருந்து அழிவிற்கும், அழிவிலிருந்து ஆக்கத்திற்கும் உட்படுத்திக்கொள்ளும் சாதரணமான சம்பவம்தான் ஒவ்வொரு கிரகத்திற்கும், இதற்காக குறிப்பிட்ட கால இடைவெளியை எடுத்துக்கொள்கிறது. ஆனால் இது ஒவ்வொரு சம்பவத்திற்கேற்ப மாறுபடுகின்றது. ராகா கிரகத்தில் ஒரு இரவு பகலை கடக்க இருபது மணிநேரமும், சூரியனை சுற்றி வர நானூற்று பத்து நாட்களையும் எடுத்துக்கொள்கிறது. இந்த ஆக்கத்திற்கும் அழிவிற்கும் எடுத்துக்கொண்ட கால இடைவெளி கிட்டத்திட்ட இருபது இலட்ச ஆண்டுகள். இதற்கு முந்தைய மூன்று அழிவுகள் சராசரியாக இருபது இலட்ச ஆண்டு இடைவெளியை ஒவ்வொரு அழிவும் எடுத்துக்கொண்டதை துல்லியமாக கணித்த ராகா கிரக தொல்லியல் துறையும் விண்வெளித்துறையும் அடுத்து வரப்போகின்ற நான்காம் அழிவிற்கு இன்னும் நான்கைந்து ஆண்டுகளே உள்ள நிலையில்தான் இந்த நேரத்தில் தப்பித்தால்தான் உண்டு இல்லையென்றால் மனித இனம் மண்ணோடு மண்ணாகி விடுவதுதான் என்ற கணிப்பில் கனிந்த மரணபயத்தின் பயணம்தான் இது. இந்த மரணபய பயணத்திலும் நிலவனுக்கு ஒரே கிளுகிளுப்பு அவன் மனதிற்குள்,... பேருந்தின் அடுத்த நிறுத்தத்தில் ஏறிய ஒரு பெண்ணின் பார்வை இவன் மீது பட்டுவிட்டது. அந்த பார்வையில் சொக்கி விழுந்த இவன் இன்னும் எழாமலே பகல் கனவு கண்டுகொண்டே இருக்கிறான் அவளுடன் குடும்ப வாழ்க்கை வாழ்வது

போல், ஆனால் அந்த பெண்ணிற்கு இவன் பேருந்தில் இருக்கின்றானா, இல்லையா என்பது கூட தெரியாது. அவள் யதார்த்தமாகத்தான் எல்லோரையும் பார்ப்பது போல் பார்த்தாள். நிலவனுக்கு ஒரு பக்கம் மகிழ்ச்சி, ஒரு பக்கம் துன்பம், ஏனென்றால் அவளும் ஒரு பக்கமாக நின்று கொண்டிருந்தாள்.,, அமருவதற்கு இருக்கை இல்லாததால் இவனருகில் தான் நின்று கொண்டு வருகிறாள். அவள் பேருந்து செல்லும் திசை நோக்கி நின்று கொண்டு வந்ததால் இவளின் முகத்தை பார்க்க முடியாவிட்டாலும், தன் பக்கத்தில் நிற்கின்றாளே இது போதும், என நினைத்த அவனது மனம், அவள் மீண்டும் திரும்பி பாரக்க வேண்டும் என்று ஏங்கியது.,, அவள் அவனுக்கு பக்கத்திலே நின்றுகொண்டு இருந்ததால் அதிக மின்னழுத்தத்தோடு மின்னோட்டமானது அவன் உடல் முழுவதும் பாய்வது போல் இருந்தது. நிலவனுக்கு அவளுடன் எப்படியாவது பேசிவிட வேண்டும் என்ற பதட்டம் இருந்து கொண்டே இருக்க, என்ன பேசுவது எப்படி பேசுவது என்றே தெரியவில்லை. ஏன் இந்த உணர்வு எனக்கு எப்படி வந்தது, இதுவரை யாரைப்பார்த்தும் வரவில்லையே என்று அவனுக்குள்ளும் கேள்விகள் பல கேட்டுப்பார்த்துவிட்டான். விடை அவனுக்கு கிடைக்கவில்லை. அவனுடைய மனம் அவனைப்பார்த்து இந்த கேள்வி இப்போ ரொம்ப முக்கியம். ஒழுங்காக அந்த பொண்ணுகிட்ட பேசும் வழியைப்பார் என திட்டிவிட்டது. அவனுக்கும் என்ன செய்வதென்றே தெரியாத பதட்டத்தில் அவன் உடல்

அதிர்வது போல ஒரு உணர்வைத்தந்தது. அந்த அதிர்வில் உருவான அலைவரிசை அந்த பெண்ணை சுண்டி இழுத்தது. அவளுக்கும் ஏதோ ஓர் இனம் புரியா உணர்வு அவளை ஆட்டிப்படைத்தது. என்ன செய்வது அந்த உணர்வு அவளை முழுவதுமாக ஆட்டிப்படைப்பதற்குள் அடுத்த பேருந்து நிறுத்தத்தில் இறங்குவதற்கு தயாராக முன்னோக்கி நகர்ந்தாள். நிலவனுக்கு இதய துடிப்பு மேளதாள ஒலியெழுப்புகின்ற அளவிற்கு இதயமே வெடிக்கின்ற அளவிற்கு துடித்தது. துன்பத்திற்காக பயணித்த அவனுக்கு, துன்பமே பயணமாய் போனது. அடுத்த நிறுத்தத்தில் அவளும் இறங்கி விட, நாமும் இறங்கி விடலாமா?,. என்று யோசிப்பதற்குள் பேருந்து நகர்ந்து விட்டது.

ராகா கிரகத்தின் மைய அச்சுக்கோட்டில் பல ஆயிரம் கிலோமீட்டர் தொலைவிற்கு மிகப்பெரும் வெடிப்பு வெடித்திருந்தது. இதனால் அந்த மைய அச்சுக்கோட்டிலிருந்த நிலப்பரப்பும், அந்நிலப்பரப்பிலிருந்த சில நாடுகளும், கடற்பரப்பும், பல தீவுகளும் சிதைந்து சின்னாபின்னாமாயின. இந்த அழிவில் சிக்கிய சில நாடுகளின் நிலப்பரப்பு முழுவதும் மண்ணுக்குள் புதைந்தன. சில நாடுகளின் நிலப்பரப்பு பாதி மண்ணுக்குள் புதைந்தும், மீதி நிலப்பரப்பு நிலவதிர்வுடன் தப்பியிருந்தது. கடற்பரப்பை கொண்டுள்ள சில நாடுகள் தன் மக்களை மட்டும் சுனாமி பேரலையால் இழந்திருந்தது. அப்படி இழந்திருந்த நாடுகளில் ஒன்றான டக்கியா, இப்பேரிடர் லக்கியா நாட்டின் தாக்குதல் அல்ல, இயற்கைப்பேரிடர் என்று ஒப்புக்கொள்வதற்கு லக்கியா நாட்டின் குறிப்பிடத்தகுந்த பேரிடரும் ஆதாரமாக விளங்கிவிட்டது. ராகா கிரகத்தில் தொழில்நுட்பத்திற்கு முன்னோடியாக விளங்கியது மட்டுமல்லாமல் இந்த நாடுதான் பல அறிஞர்களையும், தொழில்நுட்ப வல்லுநர்களையும் ராகா கிரகத்திற்கு தந்திருந்தது.

லக்கியா நாட்டின் விண்வெளி ஆராய்ச்சி கழகத்தின் தலைமை செயல் அதிகாரியாக இருந்தவர்தான் கபடதபலு. லக்கியாவிற்கு ஒரு அறிக்கை ஒன்றை ஊடகத்தின் வாயிலாக வெளியிட்டிருந்தார். இந்த அறிக்கைதான் ஒட்டுமொத்த நாட்டையும் ஒரு உலுக்கு உலுக்கியது மட்டுமல்லாமல் மாபெரும் மக்கள் புரட்சியை ஏற்படுத்தியது. இந்தப்புரட்சி மற்ற நாடுகளிலும் மிகப்பெரும் தாக்கத்தை ஏற்படுத்தியிருந்தது. ஆனால் கபடதபலு இந்தளவிற்கு ஒரு மாற்றம் ஏற்படுமென்று அவர் நினைத்துக்கூட பார்க்கவில்லை. அவர் அந்த அறிக்கையை வெளியிடும்போது எப்பொழுதும்போல் இந்நாட்டு மக்களுக்கு இருக்கின்ற நிலைமையை அப்படியே சொல்லிவிடுவோம் ஏனென்றால் ஏன் இவ்வளவு பெரிய பேரிடரை இவ்வளவு பெரிய தொழில்நுட்பங்கள் இருந்தும் முன்கூட்டியே கணிக்க இயலாதா?... விண்வெளி ஆராய்ச்சிக்கு அரசு இவ்வளவு நிதி ஒதுக்கிட்டும் என்ன பயனென்று பொதுமக்கள் யாரும் நம்மை குறை கூறிடகூடாதென்று,... உறுதியாக இருந்தார். அதனால் அறிக்கையில் இந்தப்பேரழிவை லக்கியா விண்வெளி ஆராய்ச்சி குழுமம் முன்கூட்டியே கணிக்கப்பட்டு இந்தப்பேரிடரிலிருந்து மக்களை அப்புறப்படுத்துவதற்கான செயல்திட்டத்தை அரசிடம் சமர்பித்தது. அரசு அந்த செயல்திட்டத்தை செயற்படுத்த முடியாது என்று சொல்லியிருந்தாலும் பரவாயில்லை. ஆனால் இந்த அரசு எங்களை மக்களை பயமுறுத்தி பூச்சாண்டி வேலை காமிக்காதிர்கள் பயனுள்ள வேலை

எதாவது செய்யுங்கள், என்று எங்களை கேவலப்படுத்தியது மட்டுமல்லாமல் எங்களின் கணிப்பையும் உதாசினப்படுத்தியது. அப்படி உதாசினப்படுத்தியன் விளைவுதான் நாம் உலகளவில் அதிக மக்களையும், பல நாடுகளையும் நாம் இழந்துள்ளோம். இந்த பேரழிவு உலக அழிவிற்கான ஒரு முன்னோட்டம்தான். இன்னும் பத்து பதினைந்து ஆண்டுகளில் ராகா கிரகம் முழுமையாக தன்னை அழித்துக்கொள்ளும். அதற்குள் இந்த மனித சமூகம் தன்னை நிலைநிறுத்திக்கொள்ள விண்ணில் பறந்தே ஆக வேண்டும். அதற்கு உலகளாவிய நாடுகள் இதனை கருத்தில் கொண்டு ஒத்துழைப்பு கொடுக்க வேண்டிய கட்டாயத்தில் உள்ளதென்று தனது அறிக்கையில் குறிப்பிட்டிருந்தார். இந்த அறிக்கையை ஊடகத்தின் வாயிலாக அறிந்த லக்கியா நாட்டு மக்கள் கொதித்தெழுந்து அரசுக்கெதிராக போரட்டத்தில் குதித்தனர். இதனை சற்றும் எதிர்பாரத லக்கியா நாட்டு அதிபர் கொங்கரான் தன் நாட்டு மக்களிடம் சமாதனப்படுத்தும் நோக்கில் இந்த உலகத்திலே நம் நாட்டில் மட்டும்தான் விண்வெளித்துறையிலும், தொழில்நுட்பத்துறையிலும் அதிக நிதி ஒதுக்குகின்றது அப்படியிருக்க நம் நாட்டின் விண்வெளி ஆராய்ச்சிக்குழு தலைமை செயல் அதிகாரி கபடதபலு கூறியிருப்பது ஏதோ உள்நோக்கம் புதைந்திருப்பதாக நான் கருதுகிறேன். அதுமட்டுமல்லாமல் அவர் தனது அறிக்கையில் குறைந்தபட்ச தேச நலனை கூட கருத்தில் கொள்ளாமல் அரசு பற்றி கடுமையான

வார்த்தைகளை மக்கள் மத்தியில் பீதியை கிளப்பி நல்லாட்சியை சீர்குலைக்கும் நோக்கில் பயன்படுத்தியுள்ளார். அதற்காக இந்த அரசு தக்க நடவடிக்கை எடுக்கும். என்று தன் உரையை முடித்துக்கொண்டார். லக்கியா நாட்டு மக்களும் அதிபர் கொங்கரான் கூறியதை ஒரு பொருட்டாகவே எடுத்துக்கொள்ளவில்லை, மாறாக மீண்டும் அதிபரை தாக்கியே கபடதபலு அரசின் நிலைப்பாட்டைத்தான் அறிக்கையில் அறிவித்தாரே தவிர,. அவருக்கு ஏதும் உள்நோக்கம் இல்லையென்றும், அப்படியென்றால் இந்த அரசு அவர் அறிக்கையில் அறிவித்தது பொய்யென்று நிருபிக்க முடியுமா?,. அரசின் நிலைப்பாட்டை வெளி உலகுக்கு தெரிவித்தால் அவர் மேல் நடவடிக்கை எடுப்பீர்களா?,. நாங்கள் எப்பொழுதும் அடக்குமுறைகளுக்கு அடங்கபோவதில்லை. மக்கள் உயிரென்றால் உங்களுக்கு அவ்வளவு சாதரணமாகிவிட்டதா?,. மக்கள் நலனில் அக்கறை இல்லாத அரசு ஒரு அரசாக இருக்க வாய்ப்பில்லை. கபடதபலுவின் செயல்திட்டங்களை அரசு செயல்படுத்த வேண்டும். அவரின் மீது எந்தவித நடவடிக்கையும் அரசு எடுக்கக்கூடாது போன்ற கோரிக்கைகளை முன்வைத்து மீண்டும் அரசுக்கெதிராக போராட்டத்தில் குதித்தனர். அரசு தரப்பு அதிகாரிகளும் அரசுதரப்பு நியாயத்தை விளக்க அவர்கள் ஒரு அறிக்கையை வெளியிட்டனர். அதில் ஏற்கனவே விண்வெளிக்கழகம் 5222 ஆம் ஆண்டு இவ்வுலகம் முழுமையாக அழிந்துவிடுமென்று அறிவித்திருந்தனர். அந்த

அறிவிப்பில் உலகெங்கிலும் உள்ள பல்லாயிரக்கணக்கான மக்கள் உலகம் அழிந்து கொடுரமாக இறப்பதை விட எந்த வலியும் இல்லாமல் நிம்மதியாக இறந்து போகலாமென்று தற்கொலை செய்து கொண்டனர். ஆனால் அதையெல்லாம் தாண்டி அப்போது அவர்களின் அறிக்கையை ஒரு பொருட்டாகவே எடுத்துக்கொள்ளாத நாம்தான் இப்பொழுது 5245 ஆம் ஆண்டு வாழ்ந்து கொண்டிருக்கின்றோம் அப்போது ஏன் அவர்கள் கணிப்பு காணாமல் போனது. தற்செயலாக நடந்த இந்தப்பேரழிவை அவர்கள் கணிப்புடன் சம்மந்தப்படுத்தி மக்களிடையே பீதியை கிளப்புகின்றனர். அது எப்படி உலகம் முழுவதும் ஒரே சமயத்தில் அழியும். விண்வெளிக்கழகத்திற்கு நாம் ஒதுக்குகின்ற அதிகப்படியான நிதி மக்களின் தொழில்வளர்ச்சிக்கும் புதிய தொழில்நுட்பதை கண்டறிவதற்கும், விண்வெளித்துறையில் புதிய சாகாப்தத்தை அடைய வித்திடும் என்பதற்காகத்தான். அதேசமயம் நம் நாட்டு விண்வெளிக்கழகமும் விண்வெளித்துறையில் புதிய சாகாப்தத்தை எட்டிக்கொண்டுதான் இருக்கிறது. அதற்கு ஆதாரமாக விளங்குவதுதான் நம் நாட்டின் விண்வெளிப்பயண பாலம். பலகோடிகள் செலவினங்கள் செய்து கட்டியிருந்தோம். சுனாமி தாக்கியதில் சில அசம்பாவிதங்கள் ஏற்பட்டாலும், மீண்டும் அதனை சரிசெய்ய நிதி ஒதுக்கியுள்ளோம் அதனால்தான் நாம் உலக நாடுகளின் அறிவியல் வளர்ச்சிக்கு முன்னோடியாக இருக்கிறோம்.

இப்பொழுது கூட கபடதபலு விட்ட அறிக்கையினால் உள்நாட்டு மக்கள் புரட்சி ஏற்பட்டது மல்லாமல் மற்ற நாடுகளிலும் புரட்சி ஏற்பட்டு கொண்டிருக்கிறது. இதனால் நம் நாட்டில் எடுக்கப்படும் முடிவுகளோ செயல்பாடுகளோ நம் நாட்டில் மட்டும் மாற்றத்தை கொண்டு வந்துவிடபோவதில்லை மாறாக அது அனைத்து நாடுகளிலும் தாக்கத்தை ஏற்படுத்துகின்றது. இதனால் நாம் கூடுதல் பொறுப்புடன் செயல்படவேண்டும். உலக நாடுகள் அனைத்தும் நாம் எடுத்து வைக்கின்ற ஒவ்வொரு அடியையும் உன்னிப்பாக கவனித்து வருகின்றது. அதற்கு காரணம் நாம் எடுக்கின்ற முடிவுகள் துல்லியமான பலன்களை தருவதும், நாம் எடுக்கின்ற முயற்சிகளில் குறைந்தபட்ச தோல்விகளை கூட சந்திக்காததும் தான். ஆனால் நாட்டின் முக்கிய பதவிகளில் இருப்பவர்கள் அவர்களின் முடிவை அரசிடம் ஆலோசிக்காமல் தன்னிச்சையான முடிவுகளையும், கருத்துகளையும் மக்களின் முன் அறிக்கையாக வெளியிடுவது நாட்டின் செயல்திறனிலும், முடிவெடுக்கும் திறனிலும் குழப்பங்களும் குறைகளும் ஆட்கொள்ளும். இதனால் நம் நாட்டின் மீது மற்ற நாடுகள் கொண்டுள்ள நம்பிக்கை காணமல் போகும். அதனால் நம் லக்கியா நாட்டின் ஒவ்வொரு குடிமகனும் கூடுதல் பொறுப்புடன் செயல்படவேண்டிய கட்டாயத்தில் இருக்கிறோம். இந்த சுதந்திர லக்கியாவில் மக்களே நாயர்கள் அவர்கள் எடுக்கின்ற முடிவே அரசின் முடிவு. என்று வாழைப்பழத்தில் ஊசி நுழைப்பது போன்று தன்

விளக்கங்களை ஊடகத்தின் வாயிலாக அறிவித்திருந்தனர். இதன் காரணமாக கபடதபலுவை பல ஊடகங்கள் அவரை நேர்காணல் எடுத்தது. அந்த நேர்காணலில் அவர் மக்களுக்கு தங்களின் ஆராய்ச்சியின் மூலம் கண்ட தரவுகளை கொண்டு இந்த ராகா கிரகம் எப்படி அழியுமென்று விளக்கினார். அதில் ராகா கிரகத்தில் நிலப்பரப்பு இடம்பெயரும் நிகழ்வு நடைபெறப்போகிறது. இது குறிப்பிட்ட கால இடைவெளியில் எப்பொழுதும்போல் நடைபெரும் சாதரண நிகழ்வுதான். இந்த இடப்பெயர்வில் நிலப்பரப்பு கடற்பரப்பாகவும், கடற்பரப்பு நிலப்பரப்பாகவும், மலைப்பகுதிகள் பள்ளமாகவும், பள்ளமான பகுதிகள் மலைப்பகுதிகளாவும் மாற வாய்ப்புள்ளது. இதனால் அடிப்பரப்பிலுள்ள மண் மேற்பகுதிக்கும், மேற்பரப்பிலுள்ள மண் அடிப்பகுதிக்கும் மாறும். இதற்காகதான் நான் முன்னதாகவே ராகா கிரக மக்கள் மண்ணோடு மண்ணாவர்கள் என்று குறிப்பிட்டிருந்தேன் என்றார் கபடதபலு. ஆனால் உங்களின் தரவுகளின்படி நீங்கள் முன் கணித்த 5222 ல் உலகம் அழியும் என்ற கூற்று பொய்யாகிப்போனதே அதற்கு உங்களிடம் விளக்கம் உள்ளதா என்று கேட்ட ஊடகவியலருக்கு நேரிடையாக விளக்கம் தராத கபடதபலு மீண்டும் ஊடகவியலாரை பார்த்து இப்போதைய நேரம் என்ன என்று உங்கள் கடிகாரத்தை பார்த்து சொல்ல முடியுமா?,. என்று கேட்டார் அதற்கு ஊடகவியலர் ஏழே முக்கால் என்றார். பாருங்கள் இப்போதைய நேரத்தையே உங்களால் துல்லியமாக பார்த்து

சொல்லமுடியவில்லை. ஆனால் இப்போதைய நேரம் துல்லியமாக ஏழு மணி நாற்பத்தி ஆறு நிமிடம் முப்பத்தி இரண்டு விநாடிகள்,.. ஒருவேளை நீங்கள் நேரத்தை சொல்லும்போது விநாடிகள் வேண்டுமாணல் வேறுபட்டிருக்கலாம் நான் சொன்ன நேரத்திலிருந்து, ஆனால் நீங்கள் சொல்லும்போது நிமிடத்தையும் விநாடியும் தோரயமாக கணக்கில் எடுத்துக்கொண்டு எப்படி ஏழே முக்கால் என்றீர்களோ அப்படிதான் நாங்கள் கணிப்பதும் தோரயமாகத்தான் இருக்கும். இந்த கணிப்பில் துல்லியத்தை எதிர்பார்க்க முடியாது. சாதரணமாக,.. நாட்களில் வருகின்ற நேரத்தில் துல்லியத்தை கடைபிடிப்பதில்லை,. ஆனால் ராகா கிரகத்தின் லட்சக்கணக்காண வருட வரலாற்றின் கணிப்பில் துல்லியத்தை எதிர்பார்ப்பது எவ்விதத்தில் நியாயமாகும் என்று கோபப்பட்டார் கபடதபலு. இந்த மாதிரியான விளக்கத்தை சற்றும் எதிர்பார்க்காத ஊடகவியலர் கொஞ்சம் பவ்வியமாக அப்படியானல் இந்த உலக அழிவை நடந்தாலும் நடக்கலாம், இல்லை நடக்காமலும் போகலாம் என்று எடுத்துக்கொள்ளலாமா?,. என்று கேட்கும் போதே கபடதபலு குறுக்கிட்டு இல்லை அப்படியில்லை நீங்கள் இன்னும் சரியாக புரிந்துகொள்ளவில்லையென்று நினைக்கிறேன். நான் தோரயம் என்று குறிப்பிட்டது நடக்கப்போகின்ற நிகழ்வையல்ல அந்த நிகழ்வு எடுத்துக்கொள்ளப்போகின்ற கால இடைவெளியைத்தான்,. நடக்கப்போகின்ற நிகழ்வான

உலக அழிவு துல்லியமானது நிச்சியமானது ஆனால் அது நடக்கப்போகின்ற நேரம்தான் தோரயமானது, அது கணித்த நேரத்திலிருந்து பத்து ஆண்டுகள் முன்பும் எடுத்துக்கொள்ளலாம் இல்லை பின்பும் எடுத்துக்கொள்ளலாம். ஏன் நூறு ஆண்டுகள் ஆனாலும் கூட ஆச்சரியப்படுவதற்கில்லை ஏனென்றால் லட்சக்கணக்கில் நடைபெறுகின்ற ஒரு சுழற்சி முறையில் நிகழும் இந்த அழிவானது நூறிலிருந்து ஐநூறு ஆண்டுகளுக்கான இடைவெளியை எடுத்துக்கொள்ள கூட வாய்ப்புள்ளது. அது நாம் எந்தளவிற்கு ராகா கிரக மண்ணில் மாற்றத்தை ஏற்படுத்தியிருக்கிறோம் என்பதை பொறுத்தும் அழிவிற்கான கால இடைவெளி மாறுபடும் என்றார் கபடதபலு. அப்படியானல் நம் மண்ணை நம்மலால் எந்த மாற்றத்தையும் ஏற்படுத்தாமல் அதாவது மக்களின் பயன்பாட்டிற்கு மரங்களையும், மலைகளையும் வெட்டாமலும், நம் தொழில்நுட்பத்தால் ஏற்படும் வெப்பமயமாதல்,. இதெல்லாம் ஒருவேளை இல்லாமலிருந்தாலும் அழிவிற்கு உட்படுமா?,. என்று ஊடகவியலர் கேட்க,.. கபடதபலு ஒரு மனித இனம் வாழ்வதற்கு இயற்கையில் எந்த மாற்றத்தையும் நிகழ்த்தாமல் வாழ இயலாது. நீங்கள் ஒரு கல்லை பெயர்த்தெடுத்து வேறு இடத்தில் வைக்கின்ற நிகழ்வு கூட இந்த பிரபஞ்சத்தில் மிகப்பெரும் மாற்றத்தை ஏற்படுத்துகின்ற வல்லமை வாய்ந்தது. இருந்தாலும் மனித இனம் தன் வாழ்விற்காக இயற்கைக்கு ஏற்படுத்துகின்ற மாற்றமானது மனித வாழ்க்கைக்கு

பாதிப்படையாமல் இருந்தால் சரி,. அப்படியே இயற்கைக்கு பாதிப்பு ஏற்பட்டால் கூட அது இயற்கையாகவே கொண்டுள்ள மாற்றத்திற்கு உட்படும் நிகழ்வினால் இயற்கை தன்னை நடுநிலையாக்கிக்கொள்ளும். எப்படியிருந்தாலும் எந்த இனத்தினால் இந்த இயற்கைக்கு மாற்றம் ஏற்படுகிறதோ,. அந்த மாற்றத்திற்கேற்ற பலனை இந்த பிரபஞ்சம் நிச்சயம் அந்த இனத்திற்கு அளிக்கும். அது தீமையோ நன்மையோ ஏற்படுகின்ற மாற்றத்தை பொறுத்து இருக்கும். அதனால் நாம்,.. ஐய்யோ!.. நம் தொழில்நுட்பத்தினால் ராகா கிரகம் வெப்பமயமாகிவிட்டதே!,, மரத்தை வெட்டியதால் மழை பொய்த்துபோனதே!,. என்று கதறுவதெல்லாம் நாம் வாழமுடியாது என்பதற்குதானே தவிர இந்த இயற்கையின் மீது கொண்டுள்ள பற்றினால் அல்ல. மழை பொழிந்தாலும் இயற்கை இயற்கையாகத்தான் இருக்கும். மழை பொய்த்தாலும் இயற்கை இயற்கையாகத்தான் இருக்கும். அதனால் இந்த இயற்கை எப்படி இருந்தால் உன்னால் வாழ முடியுமோ இந்த இயற்கையை அப்படியே வைத்திருக்க வேண்டிய நிர்பந்தம் உனக்குதானே தவிர இந்த இயற்கைக்கு அல்ல என்று கபடதபலு ஊடகவியலாரிடம் கடிந்து கொண்டார். சவ்வரிசு போல் இழுத்துக்கொண்டிருந்த நேர்காணலின் இறுதியில் இப்போதைய அரசியல் அறிவியலை நோக்கி நகர வேண்டிய கட்டாயத்தில் உள்ளது. அதை மக்கள் தான் தீர்மானிக்க வேண்டும் என்று நேர்காணலை முடித்துக்கொண்டார். லக்கியா

நாட்டு அதிபர் கொங்கரான் மற்ற நாடுகளின் விண்வெளி ஆராய்ச்சி கழகத்திற்கு லக்கியா விண்வெளி ஆராய்ச்சிக்கழக சார்பில் அழைப்பு விடுத்திருந்தார். இதற்கு தலைமை ஒருங்கினைப்பாளராக கபடதபலுவைநியமிக்கவில்லை மாறாக அனுக்கரு சோதனை ஆய்வகத்தின் தலைமை மேலாளர் ராகநாதனை நியமிக்க பரிந்துரைத்திருந்தார் அதிபர். இதனை சற்றும் எதிர்பாராத கபடதபலு தனக்கு ஏற்பட்ட தன்னையறியாதா மனக்குமுறலுக்கு தானே சமதானப்படுத்தி தனக்குத்தானே ஆறுதல் கூறிக்கொண்டார். இருந்தாலும் அவருக்குள் ஒரு பயம் கலந்த கேள்வி ஒன்றை அவருடைய உள்ளுணர்வு அவரைப்பார்த்து கேட்டுக்கொண்டே இருந்தது. நம் நாடு என்னை ஒரவஞ்சனை செய்ய ஆரம்பித்துவிட்டாதா? நான் செய்த வேலைக்காக!.. இல்லை என்னை தொழில்நுட்பத்தில் கவனம் செலுத்துவதற்காக இந்தப்பதவி வழங்கவில்லையா என்று தெரியவில்லையே என்ற குழப்பத்திலே குழம்பிக்கொண்டிருந்தான். பார்ப்போம் ராகாநாதனின் செயல்பாட்டைப்பார்த்தால் நம் நாட்டின் நோக்கம் என்னவென்று புரிந்துவிடும் கொஞ்ச நாளைக்கு விட்டுப்பிடிப்போமென்று மனதை தேற்றிக்கொண்டு எப்பொழுதும் போல் செயல்பட ஆரம்பித்தான். ராகநாதன் ராகாகிரகத்தை விட்டுசெல்வதற்கு தயாரானன். உலக மக்களுக்கு ராகா கிரகத்தை விட்டுச்செல்ல அழைப்பு விடுத்தான். விண்வெளிப்பயணத்திற்கு விண்கலன்களை

தயார்படுத்தினான். இந்த பிரபஞ்சத்தில் தன்னை நிலைநிறுத்திக்கொள்ள வேண்டுமென்ற இக்கட்டான சூழ்நிலையில் தன் தொழில்நுட்பத்தை திறம்பட பயன்படுத்தி விண்கலனை வடிவமைத்திருந்தார்கள். இந்த வடிவமைப்பிற்கு முக்கிய பங்காற்றியவர் கபடதபலு. ஆனால் வரலாறு தலைமை வகிப்பவரைத்தான் கொண்டாடும் என தெரிந்தும் கபடதபலு தனது அங்கிகாரத்தை எதிர்பார்க்காமல் இந்த மக்களுக்காக அர்ப்பணிப்போடு உழைத்தார். அதுமட்டுமல்லாமல் தன் தொழில்நுட்பத்தை அடுத்த தலைமுறைக்கு பரிமாற்றம் செய்ய சிறப்பான வழிமுறைகளையும், விண்கலனை இயக்குவதற்கான செய்முறைகளையும் புகுத்தியிருந்தார்.., இந்த பிரபஞ்சத்தின் மிகச்சிறந்த தொழில்நுட்பத்தின் வெளிப்பாடாக இந்த விண்கலம் விளங்கியிருந்தது. ஒரே மாதிரியான வடிவமைப்புடன் பத்து விண்கலம் வடிவமைக்கப்பட்டது. இவையனைத்தும் இப்பிரபஞ்சத்தில் பயணிக்கும்போது ஒன்றாக இணைத்துக்கொள்ளலாம், தேவைப்படும்போது விலகிக்கொண்டு பயணிக்கலாம், மீண்டும் தேவைப்படுகின்றபோது ஒன்றாக இணைத்துக்கொள்ளலாம். அதன் ஒவ்வொரு விண்கலத்திலும் ஒரு இலட்சம் மனிதர்கள் வசிக்கின்ற வகையில் வசதிகள் ஏற்படுத்தப்பட்டிருந்தன. மொத்தமாக பத்து இலட்சம் பேர் ஒரே பயணத்தில் பயணிக்க முடியும். அதுமட்டுமல்லாமல் அந்த விண்கலனும் பத்து தலைமுறைக்குமேல்

தாங்காவண்ணம்தான் இருந்தது. அவர்களின் இலக்கும் நாம் பத்து தலைமுறைக்குள் ஏதாவது ஒரு கிரகத்தை கண்டறிந்தாக வேண்டுமென்ற நிர்பந்தத்தில்தான் அனைத்து ஏற்பாடுகளையும் செய்ய முடிந்தது. ஏனென்றால் விண்கலன் வடிவமைப்பதில் அவர்களின் தொழில்நுட்பம் அந்தளவிற்குதான் தாக்குபிடித்திருந்தது. இந்த மனித இனம் இப்பிரபஞ்சத்தில் தன்னைப்போன்றதொரு இனத்தை கண்டறியமுடியாத தூரத்திலோ அல்லது கண்டறியமுடியாத தொழில்நுட்பத்திலோ இருந்துகொண்டிருக்கிறது, என்பதை இப்பிரபஞ்சம் எல்லையயற்ற எல்லைகளை கொண்டிருப்பதன் மூலம் நிருபித்துக்கொண்டிருக்கின்றது. ஆரம்பத்தில் விண்கலனை வடிவமைத்த புதிதில் இப்பிரபஞ்சத்தை தன்வசப்படுத்தப்போகிறோம் என்ற அகங்காரத்துடன் தன் பயணத்தை ராகா கிரகத்திலிருந்து தொடங்கினர். ஆனால் கண்ணீர் மல்க ராகா கிரகத்திற்கு விடைகொடுத்தனர். ஆனால் அவர்கள் இன்னும் ஐம்பது ஆண்டுகள் ராகாகிரகத்திலே இருந்திருந்தால் கண்டிப்பாக ஈர்ப்புவிசையை முறியடித்திருக்கும் தொழில்நுட்பத்தை உருவாக்கியிருப்பார்கள். ஆனால் அதற்கெல்லாம் வாய்ப்பு இல்லாமல் போனது. ராகாகிரகத்தில் விடுபடு திசைவேகம் வினாடிக்கு பதினைந்து கிலோமீட்டர் வேகமாக இருந்ததால் ஒரு இலட்சம் மனிதர்களை சுமக்கின்ற விண்கலனுக்கு இது சாத்தியமில்லை. (விடுபடு திசைவேகம் என்பது ஒரு பொருளை ஒரு கிரகத்திலிருந்து

விட்டெறியும்போது மீண்டும் அக்கிரகத்திற்கு வராமலிருக்க எவ்வளவு வேகத்தில் எறியவேண்டும் என்பதே).. ஒவ்வொரு பாகங்களாக கழட்டி விண்வெளிக்கூடத்திற்கு அனுப்பப்பட்ட விண்கலன்கள் மீண்டும் பொருத்தப்பட்டு விண்வெளியில் பறக்க வைத்து பரிசோதிக்கப்பட்ட பின்னர் மக்களின் பயணத்திற்காக பத்து விண்கலன்களும் ஒய்யாரமாக காத்திருக்க ஒருவழியாக ராகாகிரகத்திற்கு விடைகொடுக்கவேண்டிய நேரம் நெருங்க நெருங்க மக்களின் கூட்டநெரிசலும் விண்வெளிக்கூடத்தில் அதிகரித்தது. உலக மக்கள் அனைவரும் சாதரண கிராமத்திலிருந்து வந்த நிலவனைப்போலவும், குடும்பத்தோடு கிளம்பிய மதுவந்தினி போலவும் லக்கியா நாட்டின் விண்வெளிப்பயணத்திற்கு வந்திருந்தனர். ஒவ்வொரு விண்கலத்திலும் மக்களை நிரப்பி ஒன்றன் பின் ஒன்றாக பத்து விண்கலமும் விண்வெளிப்பாலத்தின் வழியாக முதல்நிலை விண்வெளிப்பாலத்திற்கு பறந்தன. அதற்கு அதில் ஆட்டுமந்தைகளாக தன் பயணத்தை தொடங்கிய மக்கள், தொடக்கமும் முடிவும் இல்லா இப்பிரபஞ்சத்தில் இலக்கில்லா வாழ்க்கைப்பயணமாக பயணித்தினர். இப்பயணத்தின் நிகழ்வுகள் யாவும் அனைவருக்கும் ஒரே மாதிரிதான் நிகழும். ஆனால் அதனால் ஏற்படுகின்ற அனுபவம் அனைவருக்கும் ஒரே மாதிரியாக இருப்பதில்லை. மாறாக அவ்வனுபவம் ஒவ்வொருவருக்கும் ஒவ்வொரு விதமாக வித்தியாபடுகிறது. சிலருக்கு இப்பயணம்

கண்ணீரில்லா கவலையாகவும், சிலருக்கு கண்ணீராக வெளிப்படும் ஆனந்தமாகவும், சிலருக்கு எந்த சிந்தனையுமற்ற மனதுடன், வாழ்க்கைப்பயணத்தில் அது போகிற போக்கில் போய்கொண்டே இருந்தாலும் இருப்போம், இல்லை இறந்தாலும் இறப்போம் என்ற மனநிலையில் எதற்கும் தயாராக பயணித்தனர். ராகா கிரகத்திலே தன் எஞ்சிய வாழ்க்கையை வாழ முற்பட்டவர்கள் அனைவருமே இப்பயணத்திற்கு நிராகரிக்கப்பட்டவர்களே!,.. இவர்களில் விரல்விட்டு எண்ணக்கூடியவர்களே இப்பயணத்தை மேற்கொள்ள வாய்ப்பிருந்தும் தான் நேசித்த ராகா கிரகத்திலேயே தன் வாழ்வும் சாவும் இருக்க வேண்டும் என்பதற்காக ஒடுக்கனூரில் வாழ்ந்த மீளானைப்போல் அதனை மறுத்துவிட்டனர். கடைசியாக அனைத்து விண்கலன்களும் முதல் நிலை விண்வெளிப்பாலத்தில் நிலைபெற்றது. இதற்குமேல் தான் இவர்களின் விண்வெளிப்பயணத்தொடக்கமே ஆரம்பம். அதற்குமுன் முன்னோட்டத்திற்காக பத்து விண்கலன்களில் ஒரே ஒரு விண்கலனை மட்டும் சோதித்து பார்க்க அனுப்ப வேண்டும். அப்படி அனுப்புவதற்கு ஒரு நிபந்தனை ஒன்றும் விதித்திருந்தார்கள். முன்னோட்ட பயணத்திற்கு விருப்பப்பட்டவர்கள் மட்டுமே அனுமதிக்கப்படுவார்கள். குடும்பத்தோடு அனுமதிக்கப்படாது. அதனால் தனது மனைவி மதுவந்தினியும், மகன் பஞ்சமாத்தண்டனையும் தனக்காக நிர்ணயிக்கப்பட்ட ஏழாம் விண்கலனில் தனது குடும்பத்தை விட்டுவிட்டு,

முன்னோட்ட பயணத்திற்கு தயாரான முதல் விண்கலனில் பிரபஞ்சகன் தலைமை வகித்து பயணித்தான். பயணித்தவன் பயணித்தவனாகவே இருந்து கொண்டு இருக்கிறான். இந்த முடிவிலா பயணத்தில் அவன் இன்னும் திரும்பவே இல்லை. அவன் திரும்பும் வரை காத்திருப்போம்.................

❀ பயணம் தொடரும், ❀

www.ingramcontent.com/pod-product-compliance
Lightning Source LLC
Chambersburg PA
CBHW021141130726
47988CB00003B/1407